वित्तीय साक्षरता
आणि
सर्वसमावेशकता

डॉ. संजय कप्तान

डॉ. कुशल पाखले

सकाळ प्रकाशन

सकाळ प्रकाशन

Vittiya Saksharta Ani Sarvasamaveshakata
© Dr. Sanjay Kaptan, Dr. Kushal Pakhale, **2024**

वित्तीय साक्षरता आणि सर्वसमावेशकता
© डॉ. संजय कप्तान, डॉ. कुशल पाखले, २०२४

प्रथम आवृत्ती	:	नोव्हेंबर, २०२४
प्रकाशक	:	सकाळ मीडिया प्रा. लि.
		५९५, बुधवार पेठ, पुणे ४११ ००२
संपादन	:	दीपाली चौधरी
मुद्रितशोधन	:	अश्विनी महाजन
मुखपृष्ठ व मांडणी	:	यशोधन लोवलेकर
मुद्रणस्थळ	:	विकास प्रिंटिंग ॲण्ड कॅरिअर्स प्रा. लि.
		प्लॉट नं. ३२, एमआयडीसी, सातपूर, नाशिक
ISBN	:	978-93-48048-52-3
संपर्क	:	०२०-२४४० ५६७८ / ८८८८८ ४९०५०
		sakalprakashan@esakal.com

Disclaimer :
Although the author has taken every effort to ensure that the information in this book was correct at the time of printing, the author and publisher do not assume and hereby disclaim any liability to any party, society for any loss, damage, or disruption caused by errors or omissions, whether such errors and omissions are caused due to negligence, accident, amendment in Act, Rules, Bye laws or any other cause. The views expressed in this book are those of the Authors and do not necessarily reflect the views of the Publishers.

सावित्रीबाई फुले पुणे विद्यापीठ

(पूर्वीचे पुणे विद्यापीठ)

गणेशखिंड, पुणे-४११००७, भारत.

Savitribai Phule Pune University

(formerly University of Pune)

Ganeshkhind, Pune-411007, India.

प्रा. डॉ. पराग काळकर

प्र-कुलगुरू

Prof. Dr. Parag Kalkar

Pro-Vice-Chancellor

दूरध्वनी : (कार्यालय) ०२०-२५६२११३२/३३

Telephone 020-25621132/33

E-mail provc@unipune.ac.in

डॉ. सजय कमान आणि डॉ. कुशल पाखले यांनी लिहिलेल्या वित्तीय साक्षरता या पुस्तकाचे परिशिलन मी नुकतेच केले आहे. सदर पुस्तक वित्तीय साक्षरता, वित्तीय जाणीव आणि वित्तीय विवेक याविषयीचे एक अत्यंत उपयुक्त असे पुस्तक आहे. वित्तीय साक्षरता याविषयी जाणीव निर्माण करणे आणि जनसामान्यांना वित्तीय साक्षरतेचे महत्व पटवून देणे आज अत्यंत आवश्यक झाले आहे. विशेषतः डिजिटल तंत्रज्ञानामुळे जगाच्या आर्थिक वित्तीय आणि अधिकोषण विषयक व्यवहारात जे महत्त्वाचे बदल होत आहेत त्यामुळे तर प्रत्येकालाच वित्तीय साक्षरतेची आवश्यकता आहे. सर्वच प्रकारच्या व्यक्ती मग गृहिणी असो, व्यवसायिक असो, शासकीय कर्मचारी असो, अथवा शिक्षक असो किंवा विद्यार्थी असो या सर्वांनाच वित्तीय साक्षरता विषयक जाणीव असणे आवश्यक आहे. आपण विविध प्रकारचे जे वित्तीय व्यवहार करतो ते सर्व व्यवहार योग्य प्रकारे होण्यासाठी, त्यामधून स्वतःचे आणि इतरांचे हित साधण्यासाठी तसेच विविध प्रकारच्या फसवणूकीपासून स्वतःचे रक्षण करण्यासाठी एका विशिष्ट वित्तीय जाणिवेची आज आवश्यकता आहे. सामान्यपणे जेव्हा स्मार्टफोनचा किंवा इतर कोणत्याही डिजिटल तंत्रज्ञानाचा वापर करून वित्तीय व्यवहार केले जातात त्यावेळी जर ही जाणीव असणे महत्त्वाचे असते. ग्रामीण भागामध्ये वित्तीय साक्षरतेच्या अभावामुळे अनेकदा छोट्या-मोठ्या उत्पन्न असणाऱ्या शेतकऱ्यांचे आणि ग्रामस्थांचे मोठे नुकसान होताना आज आढळून येत आहे. तसेच लघुउद्योजक असो उद्योग कारागीर आणि स्वयंरोजगार करणाऱ्या व्यक्ती या सर्वांनाच अशा प्रकारच्या वित्तीय जाणिवेची आणि वित्तीय विवेकाची आवश्यकता आहे. आपण जे कोणते वाणिज्य विषयक व्यवहार करतो ते सर्व आपल्या हितामध्ये झाले पाहिजेत. आपले कोणतेही आर्थिक नुकसान होता कामा नये किंवा फसवणूक होता कामा नये यासाठी उद्योजकांना, व्यवसायिकांना तसेच वित्तीय व्यवहार करणाऱ्या प्रत्येकाला या वित्तीय साक्षरतेची आवश्यकता आहे. हे लक्षात घेता, अशा प्रकारच्या पुस्तकांची स्थानिक भाषेमध्ये विशेष उपयुक्तता आहे. मराठी भाषेत वित्तीय साक्षरता आणि वित्तीय जाणीव याविषयी मर्यादितच स्वरूपात लिखाण झाले आहे. या दृष्टीने सदर लेखकांनी केलेला हा उपक्रम निश्चितच कौतुकास्पद आहे. त्याबद्दल त्यांचे विशेष अभिनंदन!

या पुस्तकाच्या माध्यमातून वाणिज्याचे, अर्थशास्त्राचे शिक्षक, विद्यार्थी, संशोधक व जिज्ञासू या सर्वांनाच लाभ होईल अशी मला खात्री आहे. या पुस्तकाच्या माध्यमातून वित्तीय साक्षरतेची जाणीव जर घराघरापर्यंत पोहोचविण्यासाठी काही प्रयास झाले आणि त्या माध्यमातून आपला समाज वित्तीयदृष्ट्या विवेकी आणि साक्षर झाला तर बाजारपेठेतील अनेक प्रकारचे गैरप्रकार आणि वित्तीय फसवणूकीच्या प्रकारांना आळा बसविता येईल अशी मला खात्री आहे.

लेखकांचे पुनश्च एकदा अभिनंदन !

डॉ. पराग काळकर

प्र-कुलगुरू

संदर्भ क्र.: पीव्हीसी/वा-२/९९९

दि.: ११ सप्टेंबर, २०२४

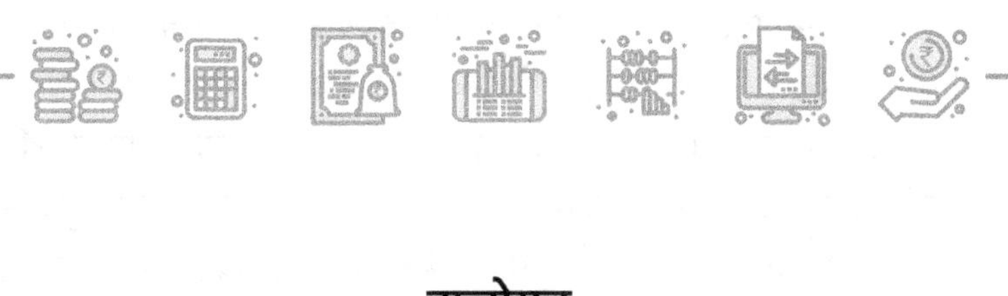

मनोगत

वित्तीय साक्षरता व वित्तीय सर्वसमावेशकता या विषयीचे सदर पुस्तक आपणा सर्वांना सादर करताना आम्हाला मनस्वी आनंद होत आहेत. वित्तीय साक्षरता ही आजच्या जगातील एक अत्यंत महत्त्वाची आर्थिक बाब आहे. समाजात आर्थिक जागृती निर्माण करण्यासाठी वित्तीय शिक्षणाच्या माध्यमातूनच योग्य प्रयत्न केले जाऊ शकतात. बँकिंग, वित्तीय संस्था, गुंतवणूक आणि बचत यांविषयी असणारे अपुरे ज्ञान, तसेच वित्तीय शिक्षणाच्या अभावामुळे नागरिकांद्वारे घेतले जाणारे आर्थिक निर्णय बरेचदा चुकतात त्यांना अल्प आणि दीर्घकाळात मोठा फटका बसतो. बरेचदा आपल्या या चुकीच्या गुंतवणुकीच्या निर्णयामुळे अथवा वित्तीय निर्णयांच्या बाबत असणाऱ्या गैरसमजांमुळे योग्य संधीचा लाभही नागरिकांना बरीच वेळ घेता येत नाही. या सर्व बाबी लक्षात घेता, वित्तीय साक्षरता व वित्तीय सर्वसमावेशकतेचे समाजातील आणि अर्थव्यवस्थेतील महत्त्व अधोरेखित करण्याचा हा एक अल्पसा प्रयत्न आहे. सर्वसामान्य नागरिकांना विविध प्रकारच्या वित्तीय साक्षरतेविषयी शासनाने आणि वित्तीय संस्थांनी सुरू केलेल्या विविध उपक्रमांविषयी माहिती देणे त्या माध्यमातून ते वित्तीय साक्षरतेचा लाभ कशा प्रकारे घेऊ शकतील याविषयी जाणीव आणि जागृती निर्माण करणे हा सदर पुस्तकाचा एक मुख्य उद्देश आहे. त्यासोबतच विद्यापीठ अनुदान आयोगाने नव्याने सुरू केलेल्या वित्तीय साक्षरता आणि सर्वसमावेशकतेसाठी जागृती कार्यक्रमाविषयी विद्यार्थ्यांना योग्य माहिती

मिळावी. अभ्यासक्रमात समाविष्ट केलेल्या या विषयाला योग्य प्रकारे न्याय देणारे लेखन या हेतूनेदेखील सदर पुस्तकाचे लेखन केलेले आहे.

या सर्व बाबी लक्षात घेता विद्यार्थी, शिक्षक, जागरूक नागरिक, बॅंकेचे अधिकारी आणि वित्तीय सेवांशी संबंधित असणारे सर्व व्यक्ती सदर पुस्तकाचे स्वागत करतील अशी अपेक्षा आहे. आपण सर्वांनी या पुस्तकाची स्वागत करावे आणि अशाच प्रकारचे उपक्रमांसाठी आम्हाला प्रोत्साहित करावे अशी प्रार्थना करतो. या पुस्तकाच्या लेखनासाठी सकाळ प्रकाशनाचे आशुतोष रामगीर आणि दीपाली चौधरी यांनी जे प्रोत्साहन दिले, त्यांच्याबद्दल कृतज्ञता व्यक्त करणे आम्ही आमचे कर्तव्य समजतो.

संजय कन्नान
डॉ. कुशल पाखले

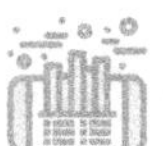

अनुक्रमणिका

प्रकरण १

वित्तीय शिक्षण : संकल्पना आणि महत्त्व

गेल्या काही दशकांपासून वित्तीय शिक्षणाची संकल्पना विशेष वेगाने लोकप्रिय होत आहे. जगभर वित्तीय शिक्षण, वित्तीय साक्षरता आणि वित्तीय सर्वसमावेशकता यांचे महत्त्व आज केवळ योजनाकारांनी आणि अर्थशास्त्रज्ञांनीच नव्हे, तर समाजातील सर्वच घटकांनी मान्य केले आहे. एखाद्या समाजातील एका विशिष्ट वर्गाची आर्थिक उन्नती होणे म्हणजे समाजाची सर्वांगीण उन्नती होणे नाही; तर त्या समाजाच्या आर्थिक उन्नतीत सर्व घटकांचा आणि वर्गांचा समान समावेश असला पाहिजे. कोणताही वर्ग आर्थिक आणि सामाजिक व वित्तीय लाभांपासून वंचित राहू नये, त्यात कोणत्याही प्रकारचे वित्तीय वर्जन (Financial Exclusion) असू नये, याकरिता विविध प्रकारचे प्रयत्न अनेक स्तरांवर शासनाला आणि नियोजनाकारांना करावे लागतात. यातूनच आर्थिक सर्वसमावेशकतेची संकल्पना साध्य होऊ शकते. परंतु ही संकल्पना साध्य करण्यासाठी समाजात वित्तीय साधने आणि वित्तीय साधनांचा वापर यांविषयी जागृती निर्माण करणे आवश्यक असते.

आर्थिक शोषण हे मुख्यत्वेकरून अज्ञानातून आणि निरक्षरतेतून होत असते. वित्तीय शिक्षणाची संकल्पना केवळ कार्यात्मक साक्षरतेशी संबंधित नसून ती अधिक व्यापक स्वरूपाची आहे. व्यक्तीला केवळ वाचता-लिहिता येणे म्हणजे तो साक्षर होत नाही; तर त्याबरोबरच त्याला विविध प्रकारचे वाणिज्यिक, आर्थिक आणि वित्तीय व्यवहार योग्य प्रकारे समजले पाहिजेत. वित्तीय व्यवहारांविषयी निर्णय घेताना त्यांनी आवश्यक तो विवेक व बुद्धिमत्ता यांचा वापर केला पाहिजे. याकरिता

ज्या शिक्षणाची आवश्यकता असते, त्याला वित्तीय शिक्षण असे म्हणतात. हे वित्तीय शिक्षण अनेक स्तरांवर आणि अनेक पद्धतीने देणे आवश्यक असते.

व्यक्तीला जन्मतःच आर्थिक व्यवहाराची उपजत बुद्धी असते, असे मानणे योग्य होणार नाही. तर, त्याला व्यवहारज्ञान प्राप्त केल्यानंतर समाजात वावरताना पैसा, वित्तीय साधने यांचा विवेकपूर्ण वापर कसा करावा, याविषयीचे शिक्षण मिळाल्यानंतरच अशा प्रकारची बुद्धिमत्ता आणि विवेक त्याला प्राप्त होत असतो. एक प्रकारे आर्थिक साक्षरता आणि वित्तीय साक्षरता हा एका विशिष्ट प्रकारच्या शिक्षणाचा आणि प्रशिक्षणाचा महत्त्वाचा भाग आहे. व्यक्तीला आर्थिक आणि वित्तीय व्यवहारांविषयी पुरेशी जाणीव, माहिती आणि विचार करण्याची क्षमता प्राप्त झाली नसेल तर तो वित्तीयदृष्ट्या साक्षर झाला नाही, असेच मानावे लागेल.

बहुसंख्य विकसनशील आणि अविकसित देशांमध्ये निर्माण होणाऱ्या प्रमुख आर्थिक समस्या या आर्थिक व वित्तीय साक्षरतेच्या अभावातून निर्माण होतात. आर्थिक शोषणाचे मुख्य कारण वित्तीय आणि आर्थिक जाणिवांचा अभाव, हेच आहे. जोपर्यंत समाजातील एखाद्या वर्गाला आपण आपल्या आर्थिक अथवा वित्तीय साधनांचा कशा प्रकारे वापर करावा, विनिमय करताना किंवा खर्च करताना कोणत्या प्रकारे करावा, याची जाणीव आणि विवेक प्राप्त होत नाही, तोपर्यंत त्या समाजात प्रत्यक्ष अथवा अप्रत्यक्षरीत्या विविध वर्गांचे शोषण होतच राहते, ही बाब आपण नाकारू शकत नाही.

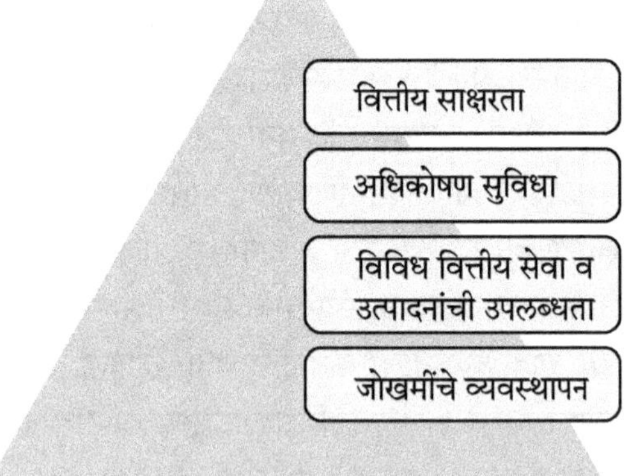

वित्तीय सर्वसमावेशकतेचा मूलाधार

बरेचदा व्यक्ती आर्थिक अज्ञानातून स्वतःची फसवणूक करून घेते आणि तिच्या शोषणाची संधी इतरांना उपलब्ध करून देते. समाजातील आर्थिकदृष्ट्या संपन्न व सशक्त असणारा वर्ग याबाबत अधिक जागरूक असतो, म्हणून बहुतेक वेळा तो आर्थिक शोषणापासून मुक्त असतो.

जेव्हा एखाद्या व्यक्तीला वित्तीय साधनांचा वापर कसा करावा; वित्तीय साधनांपासून लाभ कसा प्राप्त करावा; बचत व गुंतवणूक यांचे योग्य संतुलन कसे साधावे आणि अनावश्यक खर्च कसे टाळावे; खरेदी-विक्रीचे तसेच गुंतवणुकीचे व्यवहार करताना, संपत्तीची निर्मिती करताना आणि साधनांचा वापर करताना कोणत्या प्रकारची काळजी घेतली पाहिजे; याविषयीची जाणीव निर्माण होत नाही, तोपर्यंत त्याच्या आर्थिक शोषणाची शक्यता टाळताच येत नाही; म्हणून वित्तीय साक्षरता आणि वित्तीय शिक्षणाची आवश्यकता समाजाला नेहमीच भासते.

संकल्पना

वित्तीय शिक्षण म्हणजे काय? याबाबत आता अनेक आर्थिक तज्ज्ञांनी, बँकिंगविषयक तज्ज्ञांनी अनेक प्रकारच्या संकल्पना मांडलेल्या आहेत. वित्तीय

शिक्षणाची संकल्पना अगदी सोप्या शब्दांत सांगायची तर,

एखाद्या व्यक्तीला अथवा वर्गाला त्याच्या आर्थिक, वित्तीय आणि वाणिज्यिक व्यवहारांची जाणीव निर्माण करून देण्यासाठी; तसेच विनिमयाची संधी आणि गुंतवणूक करण्याविषयीचा विवेक टिकवून ठेवण्यासाठी ज्या प्रकारच्या शिक्षणाची आवश्यकता असते, त्याला वित्तीय शिक्षण असे म्हणता येईल.

वित्तीय शिक्षण ही संकल्पना केवळ वित्तीय साधने आणि वित्तीय व्यवहार यांच्याशी संबंधित नाही, तर ती अधिक व्यापक स्वरूपाची आहे. यात सामान्यपणे तीन प्रकारच्या शिक्षणाचा समावेश होतो :

◆ वाणिज्यिक शिक्षण
◆ अर्थविषयक अथवा आर्थिक विषयांविषयी शिक्षण
◆ वित्तीय व्यवहार आणि वित्तीय जाणिवांविषयीचे शिक्षण.

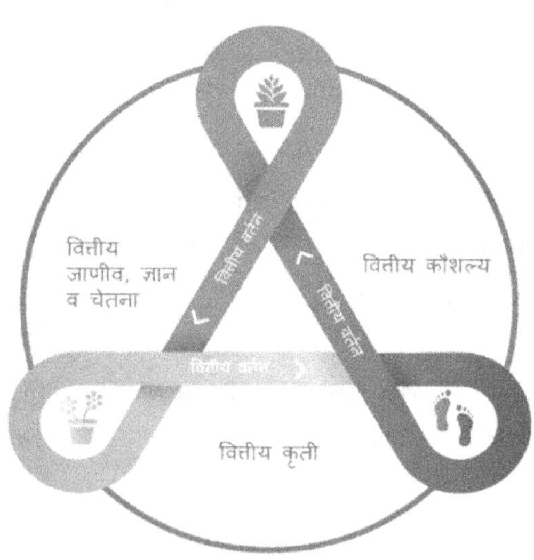

वित्तीय वर्तनाचे स्वरूप

ज्या वेळी अशा तिन्ही स्तरांवर व्यक्तीला योग्य प्रकारचे मार्गदर्शन, प्रशिक्षण आणि शिक्षण दिले जाते, आणि त्या माध्यमातून व्यक्ती आपले आर्थिक वित्तीय व्यवहार अधिक विवेकाने आणि बुद्धिचातुर्याने करू शकतो, त्या वेळी त्याला खऱ्या अर्थाने वित्तीय शिक्षण प्राप्त झाले आहे, असे म्हणता येईल.

वैशिष्ट्ये

१. हे शिक्षण मुख्यत्वेकरून समाजात होणाऱ्या विविध प्रकारच्या आर्थिक, वित्तीय, वाणिज्यिक व्यवहारांची जाणीव करून देणारे आहे.

२. बाजारपेठेत होणाऱ्या विविध प्रकारच्या घडामोडी, खरेदी-विक्रीचे व्यवहार, गुंतवणूक, संपत्ती निर्मिती, आणि त्यासाठीच्या साधनांचा वापर यांविषयीची माहिती देण्यासाठी आवश्यक शिक्षणाचा समावेश यात होतो.

३. व्यक्तीने आर्थिक संस्था– विशेषतः अधिकोषण (बँकिंग) विमा या संस्थांशी कशा प्रकारे व्यवहार करावेत, याची जाणीव निर्माण करून देण्यासाठी वित्तीय शिक्षण आवश्यक असते.

४. व्यक्ती आपल्या साधनांच्या माध्यमातून अधिक संपत्ती निर्माण करण्याचा, गुंतवणुकीवर अधिक परतावा मिळवण्याचा प्रयत्न करते, त्यासाठी कोणत्या साधनांचा कसा वापर करावा, गुंतवणुकीची माध्यमे कशा प्रकारे निवडावीत, याविषयीची जाणीव निर्माण करून देणारे शिक्षण म्हणजे वित्तीय शिक्षण होय.

५. आर्थिक व्यवहारातील विविध प्रकारचे धोके आणि जोखमी यांची जाणीव निर्माण करून देण्यासाठी, तसेच जोखमींचे प्रमाण कमी करण्यासाठी अथवा जोखमींचे व्यवस्थापन करण्यासाठी ज्या प्रकारची माहिती आणि विवेक आवश्यक असतो, त्याविषयीचे शिक्षण म्हणजेदेखील वित्तीय शिक्षण होय.

६. विविध प्रकारच्या वित्तीय संस्थांकडून गरजेनुसार कर्ज घेणे अथवा इतर वित्तीय साधनांच्या प्राप्तीसाठी व्यक्ती ज्या माध्यमांचा आणि साधनांचा अवलंब करते, त्याविषयीची योग्य जाणीव निर्माण करून देणे याकरिताही वित्तीय शिक्षण आवश्यक असते.

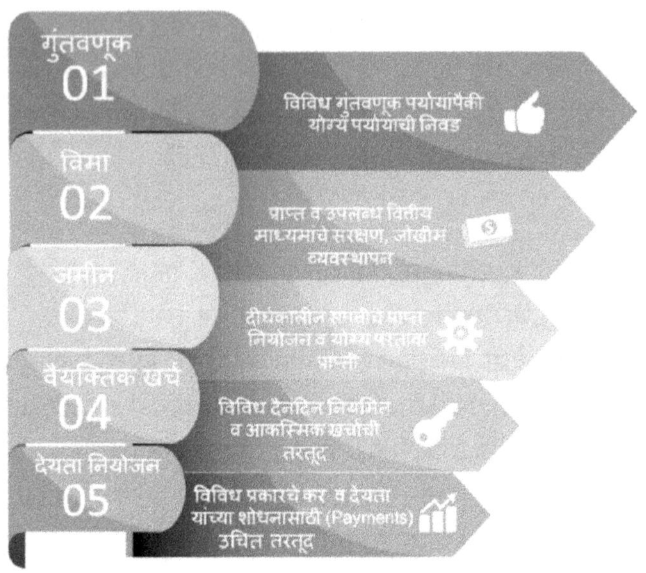

वित्तीय साक्षरतेचे विविध क्षेत्रांतील उपयोजन

विविध अंगे

वित्तीय शिक्षण अनेक प्रकारे दिले जात असते आणि ते देणे आवश्यकही आहे. व्यक्ती जसजशी अधिक संपन्न, परिपक्व आणि आर्थिकदृष्ट्या सधन होत जाते, त्याबरोबर तिला आवश्यक असणाऱ्या वित्तीय शिक्षणाचे स्वरूपही बदलत जाते. अगदी लहान वयापासून प्रत्येक व्यक्ती बाजारपेठेचे विविध व्यवहार करायला शिकते. शाळेत जाणारा मुलगादेखील लहानपणापासूनच किरकोळ वस्तूंच्या खरेदी-विक्रीसाठी दुकानात जात असतो. गृहिणींनादेखील विविध प्रकारच्या आर्थिक व्यवहारांसाठी बाजारपेठेशी अथवा विक्रेत्यांशी संपर्क करावा लागतो. गुंतवणूक करताना कोणत्या गुंतवणुकीचा पर्याय निवडावा याचा विचार करण्यासाठी वित्तीय शिक्षणाची आवश्यकता असते. कर्ज घेताना कर्जाच्या शर्ती-अटी, व्याजाचे दर यांविषयीची माहिती अगोदर प्राप्त न करता कर्ज घेणे हा एक मोठा सापळाच ठरू शकतो. या दृष्टीनेही वित्तीय शिक्षणाची आवश्यकता असते. एकंदरीतच, वरील बाबी लक्षात घेता वित्तीय शिक्षण पुढील कारणांसाठी कसे महत्त्वाचे आहे हे लक्षात येते :

१.	आर्थिक व्यवहार सूत्रबद्ध पद्धतीने व विवेकाने करण्यासाठी

२.	बाजारपेठेत होणारे विविध प्रकारचे आर्थिक, वित्तीय आणि वाणिज्यिक घडामोडींची जाणीव आणि माहिती प्राप्त करण्यासाठी

३.	अर्थव्यवस्थेत होणाऱ्या बदलांचा व्यक्तीवर, समाजावर होणारा प्रभाव समजून घेण्यासाठी

४.	शासनाच्या विविध धोरणांमध्ये होणाऱ्या बदलांचा आपल्यावर होणारा परिणाम जाणून घेण्यासाठी

५.	वित्तीय शिक्षणाच्या माध्यमातून अनेक प्रकारच्या वित्तीय जोखमींपासून स्वतःचे संरक्षण करण्यासाठी

६.	बाजारपेठेत अथवा अर्थव्यवस्थेत होणाऱ्या चढउतारांमुळे गुंतवणुकीत होणारी हानी टाळण्यासाठी

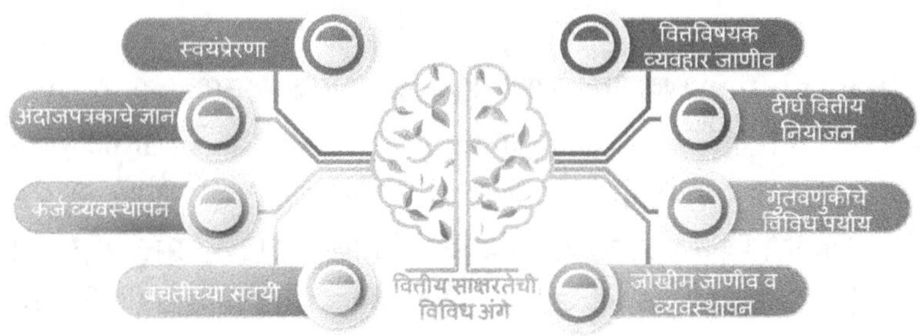

एकंदरीतच अशा विविध प्रकारे व्यक्तीसाठी आणि समाजासाठी वित्तीय शिक्षण आवश्यक असते. ते घेण्यासाठी पुढील अंगांचा वापर केला जातो :

१.	वित्तीय संस्थात्मक शिक्षण (Financial Institutional Education) : यात एखाद्या वाणिज्य महाविद्यालयातून अथवा विमा व्यवसायात असणाऱ्या संस्थांद्वारे किंवा सेबीसारख्या गुंतवणूकदारांच्या संरक्षणासाठी स्थापन करण्यात आलेल्या संस्थेद्वारे व्यक्तीला, समाजाला आणि समाजातील इतर घटकांना माहिती दिली जाते.

२.	औपचारिक शिक्षण : काही व्यक्ती अथवा संस्था वित्तीय शिक्षणविषयक अल्प अथवा दीर्घ मुदतीचे प्रशिक्षण कार्यक्रम आयोजित करतात. या माध्यमातून व्यक्तीला वित्तीय व्यवहार कसे करावेत, ते करताना कोणती

काळजी घ्यावी, वित्तीय साधनांचे संरक्षण व संगोपन कसे करावे, याविषयीची माहिती दिली जाते.

३. गुंतवणूक करणाऱ्या संस्था– विशेषतः परस्पर निधी (Mutual Fund), शेअर बाजारातील काही संस्था – जसे की, मुंबई स्टॉक एक्सचेंज – यादेखील वित्तीय शिक्षणाचे विविध कार्यक्रम आयोजित करतात. हे कार्यक्रम मुख्यत्वेकरून गुंतवणूक बाजाराशी संबंधित असणाऱ्या व्यक्ती आणि संस्था, तसेच वाणिज्यिक विद्यार्थी यांच्याकरिता आयोजित केले जातात.

४. विविध साहाय्यक संस्थांद्वारेदेखील ग्रामीण भागाकरिता, अल्प उत्पन्न गटांकरिता, महिलांकरिता, तसेच आर्थिकदृष्ट्या दुर्बल घटकांसाठी स्वतःच्या आर्थिक संरक्षणासाठी विविध प्रकारची आर्थिक चेतना निर्माण करणारे वित्तीय शिक्षणाचे कार्यक्रम आयोजित केले जातात.

५. काही स्वयंसेवी संस्था, वित्तविषयक माहिती प्रकाशित करणारी मासिके आणि प्रकाशने, तसेच गुंतवणूक संरक्षण संस्था (Investor Protection Institution) वित्तीय शिक्षणाचे कार्यक्रम राबवत असतात.

६. दूरदर्शन आणि इतर वाहिन्यांद्वारे गुंतवणूकदारांच्या संरक्षणासाठी आणि सर्वसामान्य व्यक्तींच्या आर्थिक हितासाठी विविध प्रकारचे कार्यक्रम आयोजित केले जातात. या माध्यमातून गुंतवणूकविषयक, तसेच बचत आणि वित्तीय व्यवहारांविषयी जाणीव आणि जागरूकता निर्माण करणारी माहिती दिली जाते.

महत्त्व

आजच्या संदर्भात वित्तीय शिक्षणाचे महत्त्व असाधारण आहे. भारताने आता मुक्त अर्थव्यवस्थेचे धोरण स्वीकारले आहे. या मुक्त अर्थव्यवस्थेच्या आर्थिक पर्यावरणामध्ये अर्थव्यवस्था ज्या गतीने उदारमतवादी झाली आहे, त्याचबरोबरच बाजारपेठ तंत्राचा (Market Mechanism) वापरही मोठ्या प्रमाणात होत आहे. या मुक्त अर्थव्यवस्थेमध्ये व्यक्तीने स्वतःच्या आर्थिक हिताचे संरक्षण स्वतःच केले पाहिजे. बरेचदा आर्थिक व्यवहारांविषयी पर्याप्त जाणीव आणि माहिती नसल्यामुळे केलेल्या गुंतवणुकीचा पर्याप्त लाभ मिळणार आहे किंवा नाही, याविषयी व्यक्ती जागरूक राहत नाही. कारण, त्यातूनही त्याची फसवणूक होते. विविध प्रकारची आर्थिक प्रलोभने आणि मोहात पाडणाऱ्या आर्थिक आश्वासनांच्या मागे

लागून व्यक्ती बरेच वेळा स्वतःची फसवणूक करून घेतात. मुक्त अर्थव्यवस्थेच्या लाभाबरोबरच तिच्या अनेक मर्यादादेखील आपण लक्षात घेतल्या पाहिजेत. अशा परिस्थितीत वित्तीय शिक्षणाचे महत्त्व अत्यंत असाधारण असून आजच्या संदर्भात ते पुढील मुद्द्यांद्वारे स्पष्ट करता येईल :

१. वित्तीय शिक्षणाच्या माध्यमातून व्यक्तीला जोखमीचे व्यवस्थापन करणे आणि जोखमीवर नियंत्रण ठेवणे (Risk Mitigation) सहज साध्य होते. विविध प्रकारच्या आर्थिक व्यवहारात कोणत्या ना कोणत्या स्वरूपाची जोखीम अंतर्भूत असतेच! जोखीमशून्य आर्थिक व्यवहार ही कल्पना शक्य नाही. अशा परिस्थितीत जोखीम कमी करणे हाच व्यक्तीपुढे असणारा सर्वांत महत्त्वाचा पर्याय असतो. कोणत्या माध्यमातून आपण ती कमी करून वित्तीय हानीपासून स्वतःचे संरक्षण करू शकतो; गुंतवणुकीवर, बचतीवर मिळू शकणारा परतावा अधिक सुरक्षित ठेवू शकतो; याची जाणीव निर्माण करून देण्यासाठी वित्तीय साक्षरता गरजेची आहे.

२. सर्वसामान्य व्यक्ती बाजारपेठेच्या विविध व्यवहारांना सहजासहजी समजून घेऊ शकत नाही. बाजारपेठ ही अत्यंत गतिमान संकल्पना आहे. त्यात सतत बदल होत असतात. या बदलांचा व्यक्तीवर होणारा प्रभाव सहजासहजी लक्षात येत नाही. बरेच बदल अदृश्य स्वरूपाचे असतात. या बदलांविषयी जागरूकता निर्माण करणे, बाजारपेठेतील संभाव्य बदलांचा आगाऊ अंदाज घेणे, आणि त्या माध्यमातून स्वतःच्या आर्थिक हिताचे संरक्षण करणे गरजेचे असते.

३. वित्तीय शिक्षणाच्या माध्यमातून समाजातील प्रत्येक वर्गाला आपल्या आर्थिक हिताचे संरक्षण करणे साध्य होते. गुंतवणूकदार, सर्वसामान्य व्यक्ती आणि गृहिणी, व्यापारी किंवा छोटे आणि लघु उद्योजक, शेतकरी किंवा शेतमजूर; या सर्वच घटकांना आपल्या वित्तीय साधनांचे संरक्षण करणे आवश्यक असते. बरेचदा यांपैकी काही घटकांपाशी अत्यंत अल्प स्वरूपाची आर्थिक साधने असतात. परंतु मोहात पडून अशा व्यक्ती बरेचदा चुकीच्या गुंतवणुकीच्या प्रलोभनांच्या मागे धावतात आणि स्वतःच्या संपत्तीचे नुकसान करून घेतात. याची शेकडो उदाहरणे आपल्याला दररोज पाहायला मिळतात.

४.	वर्तमानपत्रांतून आणि विविध प्रसारमाध्यमांतून बरेच वेळा गुंतवणुकीच्या आणि अधिक लाभ देणाऱ्या प्रलोभनांच्या योजना सातत्याने पुढे येत असतात. यापैकी कोणत्या योजना वास्तवाला धरून आहेत, कोणत्या योजनेत आपले नुकसान होऊ शकते, याचा विवेक बरेचदा व्यक्तीला राहत नाही. हा विवेक जागृत करण्यासाठीदेखील व्यक्तीला वित्तीय शिक्षणाची आवश्यकता असते.

५.	बाजारपेठेत होणाऱ्या बदलांचा आर्थिक व वित्तीय व्यवहारांवर होणारा परिणाम प्रत्येक व्यक्तीच्या दृष्टीने महत्त्वाची असतो; मग तो गुंतवणूकदार असो अथवा नसो. सर्वसामान्य व्यक्ती आपल्या अतिरिक्त उत्पन्नाचा काही भाग विविध प्रकारे बचतीत गुंतवत असतो; त्यामध्ये जमीन, घर, सोने, चांदी, शेअर, म्युच्युअल फंड आणि मुदत ठेव या सर्वांचा समावेश होतो. परंतु यापैकी गुंतवणुकीचा सर्वोत्तम पर्याय कोणत्या पद्धतीने, कशा प्रकारे निवडता येईल, याचा विवेक ठेवण्यासाठीदेखील वित्तीय शिक्षणाची आवश्यकता असते.

६.	प्रत्येक व्यक्तीची आर्थिक ध्येये विविध प्रकारची असतात; ती वयानुसार, उत्पन्नानुसार आणि व्यवसायानुसार बदलत जातात. कोणत्या आर्थिक गुंतवणुकीचा पर्याय कोणत्या वयात आणि कोणत्या स्वरूपात निवडावा, आर्थिक गरजा व उद्दिष्टे लक्षात घेऊन कोणत्या वित्तीय योजनांचा स्वीकार करावा, हे ठरवण्यासाठी वित्तीय साक्षरता महत्त्वाची आहे.

७.	विविध योजनांच्या माध्यमातून शासन विविध वर्गांना अनेक प्रकारचे आर्थिक लाभ उपलब्ध करून देऊ इच्छिते. परंतु या सर्वच योजनांची सर्वसामान्य व्यक्तीला माहिती असतेच असे नाही. ती माहिती प्राप्त करून घेणे, त्या योजनांकरिता असणारे पात्रतेचा निकष लक्षात घेऊन त्यात सहभाग घेण्याकरितादेखील वित्तीय शिक्षणाची आवश्यकता असते.

८.	कर्ज घेताना त्याची परतफेड कशा प्रकारे करता येईल, कर्जावरील व्याजाचा दर, कर्जाची मुदत यांचा विचार करून कोणत्या प्रकारच्या कर्जाचा पर्याय आपण निवडला पाहिजे. हे ठरवण्यासाठी तुलनात्मक अध्ययन करण्याची आवश्यकता असते. याकरिता लागणारी माहिती आणि पार्श्वभूमी वित्तीय शिक्षणाच्या माध्यमातून प्राप्त होऊ शकते.

९.	बाजारात विविध प्रकारच्या गुंतवणुकीच्या योजना सातत्याने येत असतात. मुक्त अर्थव्यवस्थेमुळे शेअर बाजार आणि परस्पर निधीचे विश्व सातत्याने

विस्तारत आहे. यापैकी कोणत्या गुंतवणुकीच्या पर्यायांची आपण निवड केली पाहिजे, हे ठरवण्यासाठी वित्तीय शिक्षणाची आवश्यकता असते.

१०. ग्रामीण भागातील शेतकऱ्यांना आपल्या उत्पन्नापासून प्राप्त झालेल्या बचतीचा आणि लाभाचा कसा उत्तम प्रकारे विनियोग करू शकतो आणि त्यातून अधिकाधिक परतावा प्राप्त करू शकतो, याची जाणीव निर्माण करून घेण्यासाठी वित्तीय शिक्षणाची आवश्यकता अधिक प्रमाणात आहे.

११. बरेचदा गुंतवणुकीचे पर्याय निवडताना व्यक्ती परंपरागत पद्धतीने विचार करते. बाजारपेठेत झालेल्या बदलाच्या अनुषंगाने निवडावयाच्या नवीन गुंतवणुकीच्या पर्यायांच्या माहितीअभावी तो गुंतवणुकीच्या चांगल्या संधीपासून वंचित राहतो. हे टाळण्यासाठीदेखील व्यक्तीला वित्तीय शिक्षणाची आवश्यकता असते.

आर्थिक विकासात वित्तीय शिक्षणाची भूमिका

देशाच्या आर्थिक विकासासाठी कोणत्याही एका विशिष्ट वर्गाचे योगदान पर्याप्त कधीच नसते. ज्या देशांमध्ये सर्वसमावेशक आर्थिक नियोजन आणि आर्थिक धोरण यांची अंमलबजावणी केली जाते, त्या देशांना झपाट्याने आर्थिक विकास साधता येतो. कारण, समाजातल्या छोट्या वर्गापाशी असणारी बचत, गुंतवणुकीची संधी आणि क्षमता या सर्वांचा महत्तम वापर अशाच प्रकारे केला जाऊ शकतो.

ज्या समाजात एखाद्या मोठ्या वर्गाला आर्थिक लाभांपासून आणि आर्थिक सहभागापासून वंचित ठेवले जाते, तेवढा भाग समाजाच्या आर्थिक विकासात सहभागी होऊ शकत नाही. परिणामी, त्या समाजाच्या आर्थिक विकासाच्या क्षमतेचा पर्याप्त वापरच होऊ शकत नाही. म्हणून समाजातील सर्व घटकांना आर्थिक विकासाची आणि वित्तीय सहभागाची समान संधी मिळवून दिली, तरच समाजाचा खऱ्या अर्थाने आर्थिक विकास होऊ शकतो. ही बाब लक्षात घेता समाजातील सर्व घटकांना समाविष्ट करून घेणाऱ्या आर्थिक विकासाच्या शिक्षणाची आवश्यकता आहे. आर्थिक विकासातील वित्तीय शिक्षणाची भूमिका पुढील प्रकारे सांगता येईल :

वित्तीय साक्षरता

१. ज्या समाजात वित्तीय जागरूकता अधिक असते त्या समाजात गुंतवणुकीचे व बचतीचे प्रमाण अधिक असते.

२. समाजात आर्थिक साधनांचा अधिक युक्त वापर केला गेल्यामुळे भांडवल निर्मिती आणि भांडवल कार्यक्षमता जास्त असते.

३. आर्थिक शिक्षणाच्या माध्यमातून समाजात एक विशिष्ट प्रकारचा आर्थिक विवेक जागृत करता येतो. त्यामुळे नवीन आर्थिक विकासाच्या संधींना; तसेच उद्योगशीलता आणि व्यापाराच्या विविध संधींना चालना देता येते.

४. आधुनिक व विवेकपूर्ण नवीन विचारप्रवाहांना चालना दिली गेल्यामुळे समाजातील सर्व घटकांना आर्थिक विकासाच्या उत्तम संधींचा लाभ घेता येतो.

५. आर्थिक विकासामुळे आर्थिक सुबत्ता आणि जीवनमानाचा दर्जा उंचावणे (Quality of Life) शक्य होते.

६. समाजात बरेच वेळा काही आर्थिक साधने सुप्त स्वरूपात असतात अथवा त्यांचा पर्याप्त वापर केला जात नाही. या साधनांचा कार्यक्षमपणे वापर करायचा असेल तर वित्तीय शिक्षण सर्वाधिक आवश्यक असते. त्या माध्यमातूनच अशा प्रकारची दुर्लक्षित असणारी किंवा अल्प उपयोजन (Low Application) असणारी साधने अधिक चांगल्या प्रकारे वापरता येतात.

७. वित्तीय संस्था आणि समाजातील विविध घटक यांच्यात योग्य प्रकारचा समन्वय असल्यास वित्तीय संस्थांच्या कार्याला गती मिळू शकते.

८. भांडवल बाजारात योग्य प्रकारची आणि अधिकाधिक गुंतवणूक झाल्यास भांडवलाची कार्यक्षमता व गतिक्षमता वाढत असते. त्यातून उद्योग-व्यवसायांना, वाणिज्यिक संस्थांना योग्य प्रकारे भांडवल पुरवठा होऊ शकतो.

९. शासनाद्वारे राबवल्या जाणाऱ्या विविध प्रकारच्या आर्थिक विकासाच्या योजनांना व कार्यक्रमांना योग्य प्रकारे चालना देता येते. समाजातील वंचित वर्गांना या सर्व योजनांचा योग्य तो लाभ मिळवून देता येतो. समाजातील विविध वर्गांना अशा प्रकारे आर्थिक योजनांचा लाभ मिळवून दिला गेल्यामुळे, त्या समाजात त्या वर्गांचा आर्थिक-सामाजिक दर्जा तर उंचावतोच; परंतु त्याबरोबरच आर्थिक सहभागाचे प्रमाणदेखील वाढवता येते.

एक प्रकारे समाजाच्या आर्थिक-सामाजिक उन्नतींसाठी वित्तीय शिक्षणाची भूमिका सर्वाधिक महत्त्वाची आहे.

विकसनशील देश आणि वित्तीय शिक्षण

विकसनशील देशांमधील दारिद्र्य हे साधनांच्या अभावामुळे असते, हे गृहीतक आज कालबाह्य झाले आहे. साधनांच्या युक्त (Optimum Utilisation) किंवा योग्य वापराच्या अभावामुळेही दारिद्र्य निर्माण झालेले असते, हे गृहीतक आज रूढ होत आहे.

साधनांचा हा युक्त वापर का होत नाही? याचे कारण, अशा समाजांमध्ये आर्थिक व वित्तीय जागरूकता आणि विवेकाचा अभाव हेच आहे. त्याकरिता खऱ्या अर्थाने विकसनशील देशांच्या आर्थिक विकासाला चालना द्यावयाची असेल, तर त्या समाजात उपलब्ध असणाऱ्या साधनांचा विवेकपूर्ण वापर करणारा समाज निर्माण करायला हवा. हा विवेक वित्तीय शिक्षणातून प्राप्त होतो. कोणती साधने कशा प्रकारे वापरता येतील? कोणते नवीन व्यवसाय-उपक्रम-उद्योग सुरू करता येतील? त्याकरिता लागणाऱ्या भांडवलाचा पुरवठा अंतर्गत माध्यमातून कसा करता येईल? बचतीच्या एकंदरीतच रकमेला योग्य चालना कशी देता येईल? गुंतवणुकीचे प्रमाण वाढवून त्यातून भांडवलाची निर्मिती कशी करता येईल? अशा सर्व प्रश्नांची उत्तरे हवी असतील तर वित्तीय शिक्षण हेच त्याचे एकमेव उत्तर आहे.

एक प्रकारे अनेक आर्थिक समस्यांच्या मुळाशी वित्तीय शिक्षण हेच महत्त्वाचे कारण आहे, हे आपण लक्षात घेतले पाहिजे. या दृष्टिकोनातून विकसनशील देशांमध्ये वित्तीय शिक्षणाची आवश्यकता सर्वाधिक असते. त्याचबरोबरीने तिथे वित्तीय शिक्षणाचा अभाव असण्याची कारणेदेखील लक्षात घेतली पाहिजेत :

१. विकसनशील देशांमध्ये साक्षरतेचे प्रमाण कमी असते; त्यामुळे अशा वर्गात वित्तीय जागृती व आर्थिक विवेक निर्माण करणे कठीण जाते.

२. या समाजातील बहुसंख्य वर्ग हा आर्थिकदृष्ट्या दुर्बल आणि कमी उत्पन्न असणारा असल्यामुळे बचतीचे प्रमाण कमी असते.

३. आर्थिक दारिद्र्याचा आणि विवेकाचा अभाव असल्यामुळे गुंतवणुकीला योग्य प्रकारे चालना मिळू शकत नाही.

४. बहुसंख्य वर्ग त्वरित लाभ मिळण्याच्या मोहात पडल्यामुळे साधनांचा व माध्यमांचा वापर करण्यात असमर्थ असतो.

५. वित्तीय आर्थिक शिक्षण देणाऱ्या संस्था अधिक सुदृढपणे कार्य करू शकत नाहीत. त्यामुळेदेखील वित्तीय शिक्षणाचा अभाव असतो. त्यातून अनेक आर्थिक समस्या निर्माण होतात.

६. अधिकोष (बँक) विमा व्यवसाय करणाऱ्या संस्था आणि समाजातील दुर्बल व दुर्लक्षित घटक यांच्यामध्ये योग्य प्रकारे समन्वय साधला जात नाही.

७. बहुसंख्य दुर्बल, दुर्लक्षित आणि अल्प उत्पन्न असणाऱ्या घटकांचे अधिकोषीय खातेच (Bank Account) नसते. त्यामुळे त्यांच्यामध्ये अधिक अधिकोषीय सवय (Banking Habit) निर्माण होत नाही. परिणामी, योग्य प्रकारे

निधीचे-बचतीचे चलन होत नाही. मुख्यत्वेकरून परंपरागत विचारांचा पगडा असल्यामुळे आधुनिकतेचा आणि विवेकाचा अभाव असतो. त्यामुळे अनेक प्रकारच्या आर्थिक वित्तीय समस्या निर्माण होतात. पुढे जाऊन या समस्या सामाजिक समस्येत रूपांतरित होऊन समाजात असंतोषाचे, कलहाचे आणि प्रतिरोधाचे वातावरण निर्माण होते. जोपर्यंत आर्थिक हिताचे व लाभाचे समान व योग्य वाटप होत नाही, तोपर्यंत अशा प्रकारच्या प्रतिरोधाला शासन थांबवू शकत नाही. म्हणून विकसनशील देशांतील शासनाने आपली प्राथमिक जबाबदारी म्हणून वित्तीय शिक्षणाचा प्रसार करणे अत्यंत आवश्यक आहे.

वित्तीय साक्षरतेच्या यशस्वीतेचे आधारस्तंभ

श्री काल जत्रा संघ आणि वित्तीय साक्षरता

विभागीय ग्रामीण बँक (Regional Rural Bank) वित्तीय साक्षरता ही संकल्पना योग्य व पूर्ण स्वरूपात राबवण्यासाठी विशेष प्रयत्न केले आहेत. लहान खेड्यांमध्ये, निमशहरी भागांमध्ये – विशेषतः मुख्य चौकात, मंदिरात आणि सार्वजनिक स्थळांवर पथनाट्य, जादूचे प्रयोग व काल जत्रा संघाच्या माध्यमातून वित्तीय साक्षरता कार्यक्रम आयोजित केले जात आहेत. यातून विशेष प्रभावी व परिणामकारक संदेश दिले जात आहेत. आजमितीला उत्तर प्रदेशात ८,३४६ वित्तीय साक्षरता कार्यक्रम, २,६८८ पथनाट्ये आणि विविध रंजक कार्यक्रम आयोजित केले गेले आहेत. मोबाईल एटीएम वाहनाच्या माध्यमातून अनेकविध वित्तीय साक्षरता कार्यक्रमांचे आयोजन केले जात आहे. त्यातून अधिक जोमाने प्रयत्न केले जात आहेत. परिणामी, बँकिंग व वित्तीय सेवांना विशेष गती मिळाली आहे.

प्रकरण २
वित्तीय व आर्थिक स्वातंत्र्य

वित्तीय आणि आर्थिक स्वातंत्र्याची संकल्पना विशेष महत्त्वाची आहे. कारण प्रत्येक व्यक्तीला त्याच्या आर्थिक व्यवहारांचे संयोजन कसे करावे याविषयीचा निर्णय घेण्याचे स्वातंत्र्य असले पाहिजे. ते मिळवण्यासाठी व्यक्तीला विविध प्रकारच्या वित्तीय व आर्थिक व्यवहारांची, वित्तीय व आर्थिक संकल्पनांची योग्य जाणीव व माहितीदेखील असणे आवश्यक आहे.

वित्तीय स्वातंत्र्य हे व्यक्तिगत स्वातंत्र्यापेक्षा अनेक अर्थानि भिन्न स्वरूपाचे आहे. व्यक्तिगत स्वातंत्र्य व्यक्तीला एखाद्या देशाच्या घटनेनुसार प्राप्त होते. ज्याला नागरिकत्व प्राप्त झाले आहे, अशा प्रत्येक व्यक्तीला व्यक्तिगत स्वातंत्र्य आपोआपच प्राप्त होते. व्यक्तिगत स्वातंत्र्य हे मतदानाच्या अधिकाराशी साधारणपणे जोडले जाते. त्याबरोबरच मते आणि विचार व्यक्त करण्याचे-लिहिण्याचे आणि धार्मिक कृत्ये करण्याचे स्वातंत्र्य यात समाविष्ट होते.

वित्तीय स्वातंत्र्य आणि आर्थिक स्वातंत्र्य ही कल्पना यापेक्षा बरीच भिन्न आहे. जेव्हा एखादी व्यक्ती आपल्या अर्थार्जनाचा मार्ग स्वेच्छेनुसार निवडू शकते, तसेच प्राप्त पैशांचा अथवा संपत्तीचा विनियोग स्वेच्छेनुसार करू शकते, त्यासाठी कोणते पर्याय निवडावेत याविषयीच्या विवेकपूर्ण विचार करू शकते, त्या वेळी त्याला खऱ्या अर्थाने वित्तीय स्वातंत्र्य प्राप्त झाले आहे, असे म्हणता येईल.

व्यक्तीने अर्थव्यवहाराच्या आणि अर्थव्यवस्थेच्या कार्यात कशा प्रकारे सहभागी व्हावे, आर्थिक व्यवहारांचे प्रतिपादन आणि त्यानुसार वर्तन कसे करावे, याविषयीचा निर्णय घेण्याचे स्वातंत्र्य म्हणजे आर्थिक स्वातंत्र्य होय.

कोणत्याही व्यक्तीला वित्तीय व आर्थिक स्वातंत्र्य आपोआप प्राप्त होत नाही. याकरिता त्याच्यामध्ये योग्य वित्तीय जाणीव आणि अर्थविषयक व्यवहारांची जाणीव व विवेक असणे अत्यंत आवश्यक आहे. खऱ्या अर्थाने आर्थिक व्यवहारांचे स्वरूप, संकल्पना आणि रचना समजून घेतल्याशिवाय व्यक्तीला वित्तीय स्वातंत्र्य प्राप्त होऊ शकत नाही. वित्तीय स्वातंत्र्याचा संबंध व्यक्तीच्या विवेकपूर्ण वर्तनाशी, आर्थिक व्यवहारांच्या आकलनक्षमतेशी आणि निर्णयक्षमतेशी संबंधित आहे.

या अर्थाने अनेकांना व्यक्तिगत स्वातंत्र्य प्राप्त झाले असले तरी वित्तीय स्वातंत्र्य प्राप्त झाले असेलच असे सांगता येत नाही. कारण बऱ्याच व्यक्ती आर्थिक व वित्तीय विषयांबाबत अज्ञानी असतात. त्यांना त्याची पर्याप्त माहिती अथवा जाणीव नसते. आर्थिक-वित्तीय व्यवहार कशा स्वरूपात करावेत याविषयीचे निर्णय घेण्यास ते बरेचदा असमर्थ असतात. विविध प्रकारच्या आर्थिक-वित्तीय व्यवहारांची जटिलता आणि क्लिष्टता यांमुळे त्यांना आर्थिक व्यवहारांचे पुरेसे आकलन होऊ शकत नाही, त्यामुळे आर्थिक व्यवहार करताना ते अनेकदा चुका करतात. आर्थिक व वित्तीय व्यवहारांविषयी अनेक प्रकारचे गैरसमज बाळगतात. त्यातून त्यांना स्वतःच्या आर्थिक व्यवहारांविषयी स्वतंत्र व जलद निर्णय घेणे शक्य होत नाही. अशा परिस्थितीतून मुक्त होण्यासाठी जे स्वातंत्र्य व्यक्तीला हवे असते, त्याला खऱ्या अर्थाने वित्तीय स्वातंत्र्य असे म्हणता येईल.

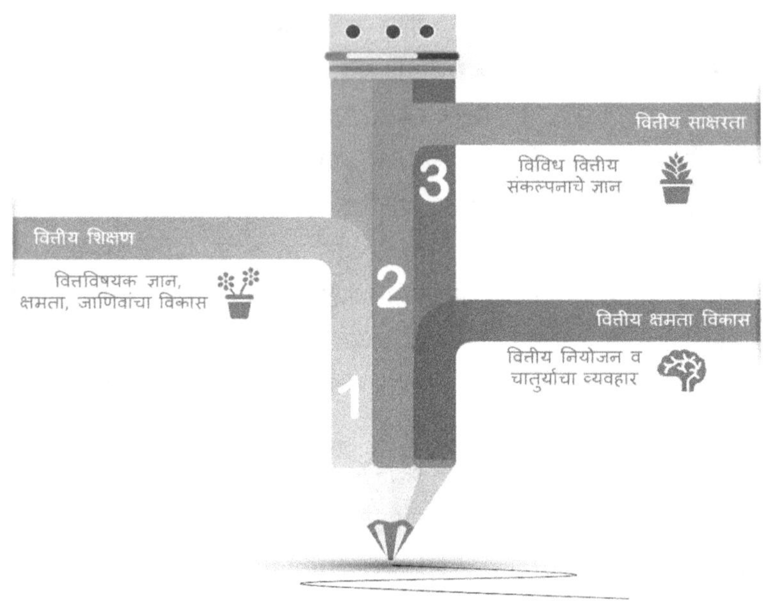

वित्तीय साक्षरतेच्या तीन पायऱ्या

संकल्पना

आर्थिक स्वातंत्र्य ही संकल्पना अनेक देशांमध्ये आज मोठ्या प्रमाणात रूढ झाली आहे. व्यक्तीने आपले आर्थिक व्यवहार कशा प्रकारे करावेत; अर्थव्यवस्थेच्या विविध क्रियाप्रक्रियांत कशा प्रकारे सहभागी व्हावे; या आर्थिक व्यवहारांचे स्वतःच्या, समाजाच्या व देशाच्या संदर्भांत प्रतिपादन कसे करावे; याविषयीच्या सर्व संकल्पनांचा समावेश आर्थिक स्वातंत्र्यात होतो. आर्थिक स्वातंत्र्य असणारी व्यक्ती एखाद्या बाजारपेठेतील वित्तरचनेतील आणि अर्थरचनेतील व्यवसाय कार्यपद्धतींना, तसेच व्यवहारांना समजून घेऊ शकते. त्याच्या अल्प व दीर्घकालीन भविष्यावर होणारा परिणाम याचे त्याला योग्य आकलन होते. त्या अनुषंगाने योग्य निर्णय घेण्यास ती समर्थ असते. उदाहरणार्थ, एखाद्या देशातील शेअर बाजारात होणाऱ्या घडामोडींचा आणि बदलांचा आपल्या गुंतवणुकीवर काय परिणाम होणार आहे; ही गुंतवणूक दीर्घ काळाकरिता ठेवणे सोयीस्कर होईल, अथवा अल्पकाळातच तिच्यामध्ये योग्य परिवर्तन घडवून आणले पाहिजे; याविषयीची योग्य जाणीव असणे हे खऱ्या अर्थाने आर्थिक स्वातंत्र्य होईल.

दुसरे उदाहरण सांगावयाचे म्हणजे, एखाद्या देशातील आर्थिक धोरणांमध्ये बदल होत असतील तर त्यांचा आपल्या व्यक्तिगत जीवनावर, आर्थिक परिस्थितीवर काय परिणाम होणार आहे; महागाई वाढण्याची कारणे आणि त्यापासून मुक्त होण्यासाठी करावयाची उपायोजना; याविषयीची विवेकपूर्ण विचारसरणी असणारी व्यक्ती खऱ्या अर्थाने आर्थिकदृष्ट्या स्वतंत्र असते.

वित्तीय स्वातंत्र्याचा अर्थ, व्यक्तीने प्राप्त केलेल्या उत्पन्नातून त्याच्यापाशी संचित असलेल्या बचतीतून अथवा त्याच्या विविध संपत्तीचा आणि मौल्यवान साधनांचा विनियोग कसा करावा; त्यांच्यात वृद्धी करण्यासाठी त्याने कोणत्या प्रकारचे नियोजन केले पाहिजे; बाजारपेठेतील प्रत्येक घडामोडीचा त्याच्या वित्तीय परिस्थितीवर काय परिणाम होणार आहे; याची जाणीव असणे म्हणजे वित्तीय स्वातंत्र्य होय. उदाहरणार्थ, बाजारपेठेतील अनेक व्यवहार व्यक्तीच्या वित्तीय परिस्थितीवर बरेवाईट परिणाम करत असतात. जसे की, बँकांच्या कर्जाच्या दरांमध्ये वाढ झाल्यास आपल्या एकंदरीतच कर्ज परतफेडीची रक्कम अथवा परतावा किती वाढेल, त्यामुळे आपल्या आर्थिक परिस्थितीवर कोणता विपरीत परिणाम होणार आहे, याची जाणीव असणे म्हणजे खऱ्या अर्थाने वित्तीय जाणीव असणे होय.

दुसरे उदाहरण म्हणजे, एखाद्या व्यक्तीने केलेली बचत कोणत्या प्रकारच्या गुंतवणुकीच्या माध्यमातून गुंतवल्यास त्याला अधिक परतावा मिळू शकेल, योग्य सुरक्षितता प्राप्त होईल, आणि विशिष्ट कालावधीत त्याला अपेक्षित गुंतवणुकीचे ध्येय साध्य करता येईल, याविषयीची योग्य कल्पना असणे, म्हणजे वित्तीय स्वातंत्र्य होय.

वित्तीय स्वातंत्र्य आणि आर्थिक स्वातंत्र्य या कल्पना व्यक्तीच्या साक्षरतेशी, आर्थिक विचार आणि व्यवहारांविषयीच्या जाणिवांशी संबंधित आहेत. म्हणून कोणत्याही व्यक्तीला खऱ्या अर्थाने वित्तीय साक्षरता प्राप्त करून घ्यावयाची असेल तर त्याला अर्थव्यवस्था, बाजारपेठ आणि आर्थिक व्यवहारात होणारे बदल यांविषयीची माहिती असणे आवश्यक आहे.

आर्थिक स्वातंत्र्याचे स्वरूप

प्रत्येक व्यक्तीला त्याचे उत्पन्न अथवा उत्पन्नाचे माध्यम यांचा विचार न करता आर्थिक स्वातंत्र्य असणे अत्यंत आवश्यक असते. आर्थिक स्वातंत्र्य असणे म्हणजे आर्थिक व्यवहार आणि बाजारपेठेतील स्वरूप यांविषयीचा विवेकपूर्ण निर्णय घेण्याची जाणीव असणे.

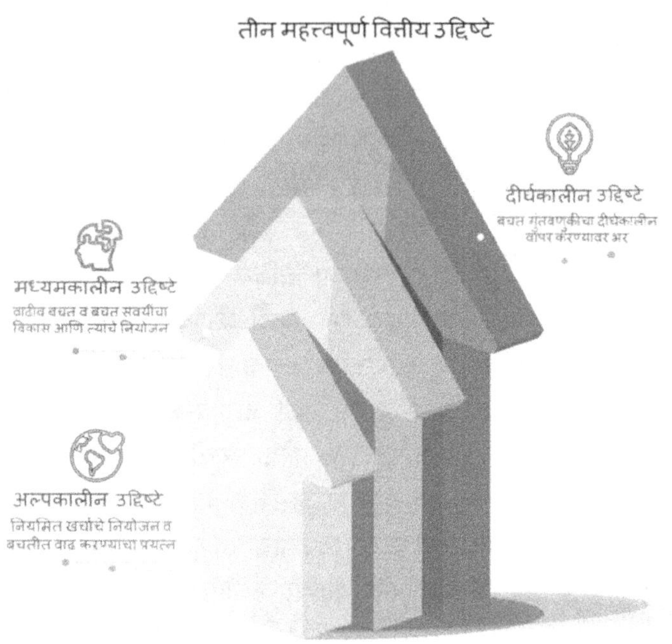

व्यक्ती गुंतवणूकदार असो अथवा नियमित स्वरूपाची बचत करणारा असो; व्यवसाय पेशा अथवा नोकरी करणारा असो; शेतकरी अथवा शेतमजूर असो; प्रत्येकालाच अशा प्रकारच्या आर्थिक स्वातंत्र्याची आवश्यकता असते.

आर्थिक स्वातंत्र्याचा अर्थ

व्यक्ती तीन घटकांचा मुख्यत्वेकरून विचार करून आपले आर्थिक निर्णय घेऊ शकते. हे तीन घटक म्हणजे, जोखीम, तरलता आणि परतावा.

जोखीम म्हणजे, एखादा गुंतवणुकीचा पर्याय निवडल्यानंतर त्यातील विविध प्रकारच्या धोक्यांचा आणि त्यातून होणारे संभाव्य नुकसान यांचा अंदाज घेण्याची क्षमता होय.

तरलता म्हणजे, एखादी विशिष्ट प्रकारची गुंतवणूक केल्यानंतर त्यापासून आवश्यक निधी किती जलद गतीने प्राप्त करता येईल, त्या गतीची क्षमता म्हणजे तरलता होय.

एखाद्या विशिष्ट गुंतवणुकीवर वार्षिक अथवा त्रैमासिक अथवा षण्मासिक स्वरूपात किती व्याज किंवा नफा अथवा कोणत्या स्वरूपात उत्पन्न प्राप्त होईल याला परतावा असे म्हणता येईल.

प्रत्येक व्यक्ती या परताव्याचा विचार करूनच आपल्या आर्थिक उत्पन्नाचा आणि आर्थिक उत्पन्न प्राप्त करून देणाऱ्या माध्यमांचा विचार करत असते. वयोगटानुसार, उत्पन्नाच्या आणि आर्थिक पार्श्वभूमीच्या स्वरूपानुसार, सामाजिक-सांस्कृतिक पार्श्वभूमीनुसार, तसेच त्याच्या अपेक्षांचा विचार करून आर्थिक स्वातंत्र्याचा विचार व्यक्ती करत असते. आर्थिक स्वातंत्र्य प्राप्त करावयाचे असेल तर आर्थिक जाणीव अधिक प्रबळ असणे आवश्यक आहे.

अर्थविषयक व्यवहार विवेकपूर्णरीत्या, स्वतंत्रपणे करण्याची क्षमता अथवा हक्क असणे म्हणजे आर्थिक स्वातंत्र्य होय. बऱ्याच व्यक्तींना उत्पन्न प्राप्त होत असले तरी त्यांना खऱ्या अर्थाने आर्थिक स्वातंत्र्य प्राप्त होत नाही. कारण ते आर्थिक व्यवहारांच्या निर्णयाविषयी इतरांवर अवलंबून असतात अथवा त्यांची आर्थिक साधने आणि विनिमयाचे स्रोत इतर कोणत्यातरी व्यक्तीवर अथवा संस्थेवर अवलंबून असतात. त्यांच्यात स्वतःचे आर्थिक निर्णय घेण्याची क्षमता अथवा स्वातंत्र्य नसते. अशा व्यक्ती सामान्यपणे आपल्या आर्थिक स्वातंत्र्याचा योग्य प्रकारे उपयोग करू शकत नाहीत.

आर्थिक स्वातंत्र्य असल्यास व्यक्ती विविध प्रकारच्या गुंतवणूक, बचत, तसेच विनियोगाचे निर्णय घेऊ शकते. त्या माध्यमातून स्वतःच्या आर्थिक व उत्पन्नविषयक निर्णयांना योग्य मूर्त स्वरूप देऊ शकते. दीर्घ काळात आपल्या अपेक्षा पूर्ण करण्यासाठी, आपल्या संपत्तीचा व साधनांचा योग्य वापरही करू शकते.

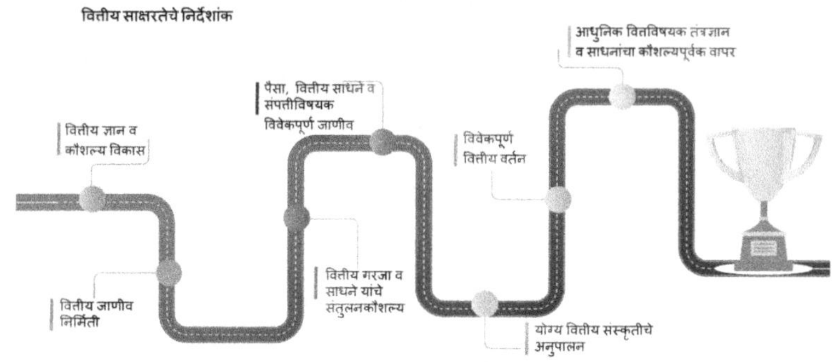

आर्थिक स्वातंत्र्याचे मुख्य पैलू

१.   आर्थिक नियोजन

२.   विविध प्रकारच्या संपत्तीचा व साधनांचा विनिमय करण्याची संधी व क्षमता

३.   विविध प्रकारच्या गुंतवणुकीच्या व बचतीच्या माध्यमांचे महत्त्व आणि त्या अनुषंगाने घ्यावयाचे निर्णय

४.   परतावा आणि गुंतवणूक साधनांविषयी जाणीव

५.   आर्थिक निर्णय घेताना स्वतंत्रपणे आणि बाजारपेठविषयी योग्य माहितीचा वापर करण्याची क्षमता

वित्तीय साक्षर व्यक्ती काय साध्य करतो ?

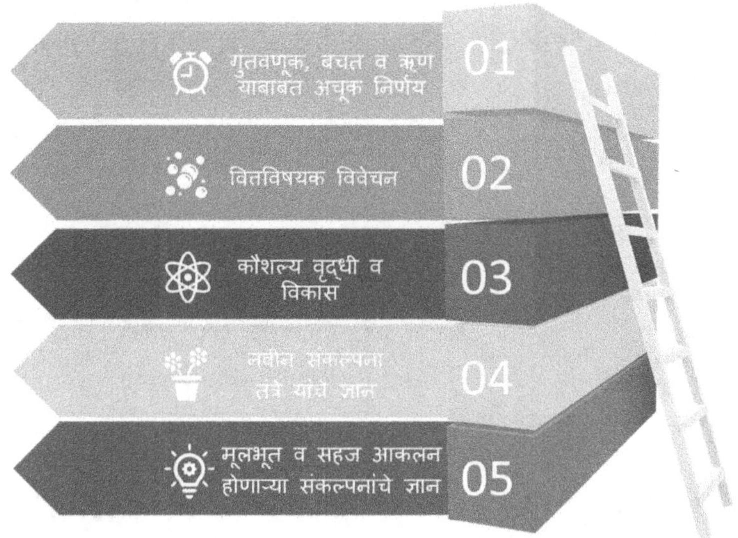

MSC (Micro Save Counselling) संस्थेचा अभिनव प्रयोग फसस (Financial Service Space)

आजदेखील ग्रामीण आणि दुर्गम भागातील महिलांमध्ये वित्तीय साक्षरता व वित्तीय जाणीव अल्प प्रमाणात आहे. त्यात वाढ व्हावी आणि वित्तीय समावेशकतेची प्रक्रिया सर्वव्यापी आणि परिपूर्ण व्हावी यासाठी अनेक शासकीय, निमशासकीय व स्वयंसेवी संस्था कार्यरत आहे. याकरिता MSC या संस्थेने FSS नावाचे एक प्रतिमान विकसित केले आहे. त्यांनी वित्तीय सेवांचा उपयोग करणाऱ्या, वित्तीय जाणीव असणाऱ्या स्त्रियांचे विविध विषयांवर वर्गीकरण केले आहे :

१. मूलभूत वित्तीय सेवांचा अनियमित व क्वचित वापर करणाऱ्या स्त्रिया

२. मूलभूत वित्तीय सेवांचा नियमित वापर करणाऱ्या स्त्रिया,

३. वित्तीय सेवांचा वापर करण्यात प्रवीण आणि जागरूकपणे वित्तीय व्यवहार करणाऱ्या स्त्रिया

वित्तीय साक्षरतेचा प्रसार व्हावा, वित्तीय जाणीव-जागृती आणि वित्तीय सेवांचा वापर नियमितपणे व्हावा यासाठी FSS हे प्रतिमान पुढीलप्रमाणे काम करते :

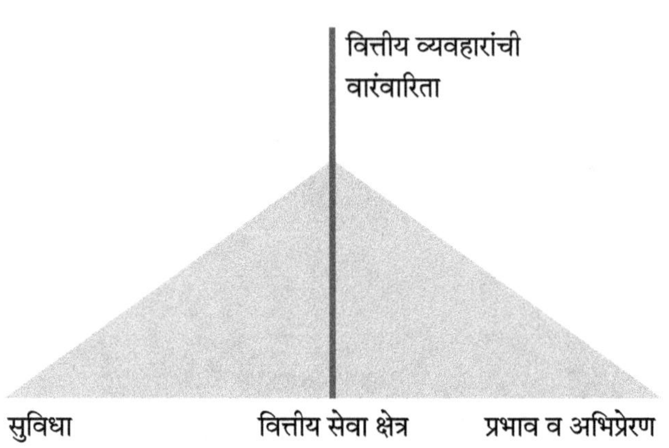

१. प्रत्येक स्त्रीला नियमित व सतत उत्पन्न प्राप्त करण्याची संधी मिळाली पाहिजे. त्यातून तिने खात्यात नियमित बचत केली पाहिजे. यातून वित्तीय व्यवहारांची वारंवारता वाढते.

२. वित्तीय सेवा आणि सुविधा प्राप्त करण्यात स्त्रियांना कोणतीही अडचण येऊ नये, त्यासाठीच्या प्रक्रिया कार्यक्षम असायला पाहिजेत.

३. आपल्या उत्पन्नातील काही भाग नियमितपणे बचत केल्यास आर्थिक स्वायत्त प्राप्त होते. त्यातून समृद्धी साधता येते, वित्तीय आर्थिक निर्णय घेण्याचे बळ प्राप्त होते.

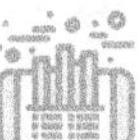

प्रकरण ३

आर्थिक नियोजन

आर्थिक नियोजन ही संकल्पना प्रथम आपण समजून घेतली पाहिजे. प्रत्येक व्यक्ती वयोगट, सामाजिक - आर्थिक पार्श्वभूमी, वेगवेगळ्या प्रकारे आपला आर्थिक दर्जा व क्षमता निर्धारित करत असते. तरुण व्यक्ती दीर्घकालीन गुंतवणुकीला अधिक प्राधान्य देतात; तर निवृत्त अथवा वृद्ध व्यक्ती सामान्यपणे अल्पकाळात मिळू शकणाऱ्या, जास्त व सुरक्षित उत्पन्नाचा वापर अधिक करत असतात. व्यवसाय करणाऱ्या व्यक्तींच्या गुंतवणुकीच्या व आर्थिक नियोजनाच्या संकल्पना वेगळ्या असतात; तर नोकरदार व्यक्तींच्या गुंतवणूकविषयक संकल्पनाही अत्यंत भिन्न स्वरूपाच्या असतात. शेतकरी अथवा अनियमित स्वरूपाचे उत्पन्न प्राप्त करणाऱ्या व्यक्ती सामान्यपणे आपल्या गुंतवणुकीच्या गरजा आणि अपेक्षा यांबद्दल अधिक वेगळ्या प्रकारे विचार करत असतात. याचाच अर्थ असा की, समाजातील प्रत्येक घटक अथवा व्यक्ती वेगवेगळ्या प्रकारे गुंतवणूक आणि आर्थिक साधनांविषयी विचार करत असते. परिणामी, आर्थिक नियोजनाचे स्वरूपदेखील व्यक्तीचे वय, त्याचा व्यवसाय आणि आर्थिक क्षमता यांनुसार बदलत जाते.

आर्थिक नियोजनाचे प्रमुख घटक पुढीलप्रमाणे :

१. उत्पन्नाचे स्रोत

२. आपल्या दीर्घकालीन व अल्पकालीन गुंतवणूकविषयक अपेक्षा

३. गुंतवणुकीसाठी उपलब्ध असणारी धनराशी

४. गुंतवणुकीपासून असणाऱ्या परताव्याच्या अपेक्षा

५.	विशिष्ट प्रकारच्या गरजा पूर्ण करण्यासाठी करावयाची गुंतवणूक

६.	विविध प्रकारच्या जोखमींचे व्यवस्थापन

७.	अनपेक्षित अडचणींचा सामना करण्यासाठी स्वतंत्र राखून ठेवायची बचत

अशा सगळ्या घटकांचा विचार करूनच आर्थिक नियोजन करणे आवश्यक असते.

आर्थिक नियोजन करताना सामान्यपणे अंतर्गत आणि बाह्य अशा दोन्ही जोखमींचा व्यक्तीला विचार करावा लागतो.

अंतर्गत जोखीम म्हणजे एखाद्या व्यक्तीने ज्या प्रकारचे आर्थिक नियोजन करावयाचे ठरवले आहे, त्यात त्याला आपल्या गुंतवणुकीपासून, बचत अथवा परताव्यापासून किंवा उत्पन्नाच्या माध्यमातून असणाऱ्या जोखमी होय. सामान्यपणे व्यक्तीच्या जोखमी उत्पन्नाच्या माध्यमांशी अथवा वयोगटाशी संबंधित असतात.

बाह्य जोखीम म्हणजे, देशाची अर्थव्यवस्था, देशाच्या आर्थिक नियोजनाचे स्वरूप, बाजारपेठेत होणारे बदल, विविध प्रकारच्या निवडलेल्या गुंतवणुकीच्या माध्यमांसंबंधी असणाऱ्या जोखमींचे स्वरूप; तसेच अचानक उद्भवणाऱ्या आर्थिक संकटांमुळे निर्माण होणारी समस्या.

आर्थिक व्यवहारातील जोखमींचे योग्य प्रकारे व्यवस्थापन करता येते.

व्यक्तीच्या विविध प्रकारच्या अल्प व दीर्घकालीन गरजांची पूर्तता योग्य प्रकारे करता येते; त्याचबरोबर अतिरिक्त अथवा प्राप्त होणारा परतावा वापरून त्याला हौसमौज अथवा इतर गरजांची पूर्तताही करता येते.

आर्थिक नियोजन योग्य प्रकारे करणाऱ्या व्यक्तीला सामान्यपणे आपल्या अर्थविषयक गरजांच्या पूर्ततेसाठी बाह्यघटकांवर अवलंबून राहावे लागत नाही, तसेच अनावश्यक कर्जही काढावे लागत नाही.

संपत्तीचे व साधनांचे विनिमय

प्रत्येक व्यक्तीपाशी असणारी संपत्ती (Asset) व साधने यात विविधता असते. व्यक्तीच्या उत्पन्नानुसार, सामाजिक आणि आर्थिक पार्श्वभूमीनुसार, या संपत्तीचे व साधनांचे स्वरूपदेखील बदलत जाते. नोकरीपेशा करणाऱ्या व्यक्ती आणि व्यवसाय करणाऱ्या व्यक्ती यांच्या साधनसंपत्ती व साधनांविषयीच्या संकल्पना, त्यांचे स्वरूप यात मोठा फरक दिसून येतो.

प्रत्येक व्यक्तीला जी साधने व संपत्ती प्राप्त झाली आहे तिचा योग्य विनिमय

करणे, या संपत्तीच्या एकंदर स्वरूपात अपेक्षेनुसार व काळानुसार योग्य बदल घडवून आणणे, या संपत्तीचा जास्तीत जास्त योग्य व चांगल्या प्रकारे वापर करून त्यात वाढ करणे हे आर्थिक नियोजनाचे अत्यंत महत्त्वाचे कार्य आहे. कारण, संपत्तीचे स्वरूप स्थळ-काळ-परिस्थितीनुसार बदलले पाहिजे. प्रत्येक संपत्तीपासून दीर्घ काळापर्यंत एकसारखाच परतावा प्राप्त होत नाही. याउलट, संपत्तीच्या स्वरूपात वारंवार योग्य प्रकारे बदल केल्यास अपेक्षित परताव्यात वाढ करता येते.

काही संपत्ती स्थिर आणि अपरिवर्तनीय स्वरूपाची असते; तर काही चल आणि परिवर्तन स्वरूपाची असते. व्यक्तीपाशी असणाऱ्या एकंदर आर्थिक-वित्तीय साधनांचा योग्य प्रकारे विनियोग करण्यासाठी चल आणि अचल संपत्तीचे प्रमाण योग्य ठेवणे, त्यापासून प्राप्त होणाऱ्या परताव्याची योजना योग्य प्रकारे करणे, अत्यंत आवश्यक असते.

सामान्यपणे व्यक्तीला आपल्यापाशी असणाऱ्या संपत्ती व साधनांचे योग्य प्रकारे नियोजन करता न आल्यास त्या संपत्तीपासून अपेक्षित परतावा प्राप्त होत नाही. संपत्ती असणे आणि त्यावर अपेक्षित परतावा प्राप्त करणे या दोन्ही गोष्टी भिन्न स्वरूपाच्या आहेत. बरेच वेळा संपत्ती 'आयडल' (idle) म्हणजे अनुपयोगित स्वरूपात राहते. अशा संपत्तीपासून अपेक्षित परतावा प्राप्त होत नाही.

अनुपयोगी संपत्ती ही एक प्रकारे संपत्तीचा ऱ्हासच होय. कारण त्यामुळे संपत्तीचे मूल्य कमी होत जाते. याउलट, संपत्तीच्या विनियोगाची क्षमता व मात्रा वाढवत गेल्यास अशा संपत्तीपासून प्राप्त परताव्याची रक्कम सातत्याने वाढत जाऊन, एकंदरीतच व्यक्तीच्या आर्थिक क्षमतेमध्ये व आर्थिक विकासाच्या संधीमध्ये वाढ होताना दिसून येते.

बचतीची व गुंतवणुकीची माध्यमे

ज्या व्यक्ती व्यवसाय, रोजगार अथवा कोणत्याही प्रकारचे आर्थिक कार्य करत आहे, त्यांना विविध माध्यमातून उत्पन्न प्राप्त होत असते. या प्राप्त उत्पन्नाचे नियोजन कसे करावे, हा प्रत्येक व्यक्तीने घ्यावयाच्या निर्णय आहे. परंतु हा निर्णय जितका विवेकपूर्ण पद्धतीने घेतला जाईल तेवढ्या मोठ्या प्रमाणात तिला आपल्या आर्थिक साधनांचा अधिक चांगल्या प्रकारे वापर करता येतो. मग, यासाठी व्यक्ती प्राप्त उत्पन्नापैकी काही रक्कम नियमितपणे बाजूला काढून ठेवते, यालाच आपण बचत असे म्हणतो.

बचत वाढवणे आणि तिचे योग्य प्रकारे विनियोजन करणे अत्यंत महत्त्वाचे आहे. केवळ बचत वाढवल्याने संपत्तीत वाढ होत नाही; तर बचतीचा योग्य प्रकारे विनियोग करणे, गुंतवणुकीची विविध माध्यमे योग्य प्रकारे वापरणे आणि अधिकाधिक परतावा मिळवणे, हे खऱ्या अर्थने आर्थिक नियोजनाचे कार्य आहे.

बचतीची योग्य गुंतवणूक करण्यात व्यक्तीला अपयश आले तर त्याला अपेक्षित परतावा प्राप्त होत नाही. जोखीम परताव्याचा दर, गुंतवणुकीचा कालावधी, गुंतवणुकीचे स्वरूप आणि गुंतवणुकीचे माध्यम अशा सर्व गोष्टींचा विचार करूनच योग्य प्रकारे आर्थिक नियोजन करता येते.

परतावा आणि लाभांचे स्वरूप

प्रत्येक गुंतवणुकीपासून विशिष्ट कालावधीनंतर काही रक्कम परताव्याच्या अथवा लाभाच्या स्वरूपात प्राप्त होत असते. बँकेत केलेले निक्षेप (ठेवी) नियमित स्वरूपात, परंतु ठरावीक दरानेच परतावा देत असतात; तर शेअर बाजार आणि म्युच्युअल फंड यात केलेल्या गुंतवणुकीतून कालमानानुसार, गुंतवणुकीच्या स्वरूपानुसार अथवा निवडलेल्या माध्यमांनुसार परताव्याची राशी बदलत जाते.

परतावा आणि जोखीम यांच्यातील परस्परसंबंध अत्यंत महत्त्वाचा आहे. बरेचदा अधिक परताव्याचे पर्याय निवडले की जोखमीची मात्राही वाढत जाते. व्यक्तीची जोखीम स्वीकारण्याची क्षमता आणि जोखमीचे व्यवस्थापन करण्याची क्षमता यावर परताव्याचे स्वरूप अवलंबून असते.

ज्या व्यक्ती मोठ्या प्रमाणात जोखीम घेण्यास तयार असतात, त्यांची जोखीम स्वीकारण्याची क्षमता जास्त असते, अशा व्यक्ती अधिक धोकादायक वाटणाऱ्या गुंतवणुकीचे पर्याय सहजपणे निवडतात; तर ज्या व्यक्तींना नियमित आणि सुरक्षित लाभ हवा असेल अथवा निश्चित परतावा हवा असेल, अशा व्यक्ती सामान्यपणे कमी जोखमीचे पर्याय निवडत असतात.

याचाच अर्थ असा की, गुंतवणुकीवरचा परतावा हा सामान्यपणे गुंतवणुकीच्या माध्यमांवर अवलंबून असतो. गुंतवणुकीच्या माध्यमांची निवड करताना आपली जोखीम स्वीकारण्याची क्षमता अथवा जोखमीचे व्यवस्थापन, गणितक्षमता, तसेच गुंतवणुकीच्या विविध माध्यमांत असणारे परस्परसंबंध यांसारख्या घटकांचा विचार करूनच व्यक्तीला निर्णय घ्यावा लागतो. म्हणून परतावा व आर्थिक नियोजन या दोघांमधील परस्परसंबंध अत्यंत महत्त्वाचा आहे.

ज्यांना दीर्घ काळात नियमित स्वरूपाचे उत्पन्न हवे आहे, अशा व्यक्ती निश्चित परतावा देणाऱ्या आर्थिक माध्यमांची निवड करतात. याउलट, ज्यांना जास्त उत्पन्नाची अपेक्षा आहे, अशा व्यक्ती मात्र जोखीम असणाऱ्या आर्थिक माध्यमांची निवड करू शकतात. एकंदरीतच, व्यक्तीची आर्थिक क्षमता आणि परताव्यासंबंधी असणारी अपेक्षा यांचा आर्थिक नियोजनाशी निकटचा संबंध आहे.

गुंतवणूक साधनांविषयीची जाणीव

कोणत्या प्रकारच्या गुंतवणुकीची माध्यमे व्यक्तीने निवडावीत याविषयीच्या ठरावीक कल्पना असतात; बरेचदा अनेक (गैर)समज असतात. ते इतरांच्या अनुभवातून आणि समाजात असणाऱ्या प्रचलित विचारधारेतून प्राप्त होतात.

सोने अथवा घर ही भारतीय व्यक्तींच्या गुंतवणुकीची अत्यंत परंपरागत व महत्त्वाची माध्यमे आहेत. कारण, अशा गुंतवणुकींवर भारतीय समाजाचा अधिक विश्वास आहे. बदलत्या काळानुसार, अर्थव्यवस्थेच्या बदलत्या स्वरूपानुसार, गुंतवणुकीची इतर अनेक लाभदायक माध्यमेदेखील उपलब्ध झाली आहेत. प्रत्येक व्यक्ती या सर्वच माध्यमांचा वापर करू शकते, असे नाही; परंतु किमान अशा प्रकारच्या माध्यमांची माहिती असणे अत्यंत आवश्यक आहे.

आपली आर्थिक क्षमता, आपल्यापाशी असणारी बचत अथवा योग्य जोखीम घेण्याची क्षमता, आणि गुंतवणुकीच्या कालावधीचे स्वरूप यांसारख्या घटकांचा विचार करून प्रत्येक व्यक्तीने गुंतवणुकीचे योग्य माध्यम निवडले पाहिजे. गुंतवणुकीची विविध माध्यमे कशा स्वरूपाची आहेत, त्यापैकी कोणते आपल्याला सोयीचे आहे, याविषयीची माहिती आणि जाणीव योग्य प्रकारे असल्यास व्यक्ती आपले आर्थिक नियोजन अधिक साक्षमपणे करू शकतो.

गुंतवणूक माध्यमांचा योग्य माहितीअभावी व्यक्तीला आर्थिक नियोजन योग्य प्रकारे करता येत नाही. बरेचदा अतिरिक्त संपत्ती अथवा साधने असूनही किंवा गुंतवणूकयोग्य बचत असूनही व्यक्तींना अपेक्षित लाभ प्राप्त होत नाही; त्यांच्या संपत्तीत व साधनांत अपेक्षित वाढ होत नाही; त्यांना आपल्या आर्थिक साधनांचा योग्य प्रकारे वापर करता येत नाही. हे मुख्यत्वेकरून गुंतवणूक साधनांविषयी असणाऱ्या अज्ञानातून निर्माण होत असते. म्हणून आर्थिक नियोजन करताना गुंतवणुकीच्या विविध साधनांची पुरेशी माहिती असणे; आपल्या गरजेनुसार व क्षमतेनुसार योग्य माध्यमे कोणती आहेत, याविषयीची माहिती व याबद्दल विवेकपूर्ण

जाणीव निर्माण करणे ; त्यातून गुंतवणूकविषयक निर्णय घेणे अत्यंत आवश्यक ठरते. आर्थिक नियोजन यशस्वी करण्यासाठी विविध गुंतवणूक माध्यमांची माहिती व जाणीव असणे अत्यंत आवश्यक असते.

आर्थिक नियोजनाची मूलतत्त्वे

आर्थिक नियोजन हे अत्यंत योग्य व विवेकपूर्ण पद्धतीने करणे आवश्यक आहे. व्यक्तीने उत्पन्न प्राप्त करायला सुरुवात केल्या दिवसापासूनच आर्थिक नियोजन करणे आवश्यक असते. ज्या क्षणी व्यक्तीला स्वतंत्र उत्पन्नाचा स्रोत प्राप्त होतो अथवा नोकरी, व्यवसाय, पेशा, शेती अथवा इतर कोणत्याही माध्यमातून त्याला उत्पन्न प्राप्त होऊ लागते, त्या क्षणापासूनच त्याने आर्थिक नियोजन करणे केव्हाही सोयीस्कर व उपयुक्त सिद्ध होते. कारण, आर्थिक नियोजनाचे लाभ दीर्घ काळात आणि विशिष्ट प्रकारे योग्य पर्यायांची निवड केल्यावर प्राप्त होऊ शकतात.

प्रत्येक व्यक्तीने आपली आर्थिक क्षमता, बचतीचे - गुंतवणुकीचे स्वरूप आणि दीर्घ काळात अथवा अल्प काळात अपेक्षित असणारे लाभ, आपल्या विविध प्रकारच्या वित्तीय गरजा यांसारख्या घटकांचा विचार करूनच आर्थिक नियोजन केले पाहिजे. सामान्यपणे आर्थिक नियोजन करणारी व्यक्ती 'जोडूनिया धन उत्तम व्यवहारे' या सूत्राचे पालन करत असते. त्यामुळे तिला तिच्या आर्थिक व वित्तविषयक गरजांचे योग्य आकलन करूनच, आपल्या बचतीची राशी योग्य प्रकारे विनियोग करूनच ती आर्थिक नियोजनात यश प्राप्त करू शकते.

आर्थिक नियोजन करताना घ्यावयाची काळजी

१. आर्थिक नियोजन शक्य तितक्या लवकरच सुरू केले पाहिजे. त्यानंतरच अपेक्षित लाभ प्राप्त करता येतात.

२. अल्पकालीन, दीर्घकालीन आणि मध्यमकालीन असे विविध पर्यायांचे वर्गीकरण करणे आणि त्यातून योग्य पर्यायाची निवड करणे अत्यंत आवश्यक असते.

३. प्रत्येक व्यक्तीने गुंतवणूक माध्यम निवडताना त्यातील सुरक्षितता किती आहे, याची माहिती घेतली पाहिजे. काही पर्यायांमध्ये जोखीम मात्रा अधिक असते, तर काही पर्याय पूर्णतः सुरक्षित असतात. गुंतवणुकीतून मिळणारा परतावा आणि त्यातील जोखीम यांत योग्य संतुलन राखण्याचा प्रयत्न करावा.

४.	प्रत्येक व्यक्तीपुढे चैनीच्या अनेक बाबी खर्चासाठी उभ्या राहतात. अशा वेळी त्यावर खर्च करणे आवश्यक की अनावश्यक, होणारा खर्च आणि उधळपट्टी टाळता येईल का, याचा विचार अगोदर केला पाहिजे. कारण, त्यामुळे आपल्या उत्पन्नाचा योग्य वापर करता येतो, बचतीची मात्रा वाढवता येते, अनावश्यक खर्च टाळण्यावर नियंत्रण ठेवण्याच्या सवयीमुळे व्यक्ती स्वाभाविकपणे स्वतःला आर्थिक शिस्त लावू शकतो.

५.	व्यक्तीच्या जीवनात अनेक प्रकारची संकटे येऊ शकतात. अशा वेळी इतर कुठल्याही साधनांपेक्षा पैसा अधिक महत्त्वाचा ठरतो. अशा प्रकारच्या आपत्कालीन परिस्थितीशी दोन हात करण्यासाठी, संकटे, अपघात आणि इतर प्रकारच्या आर्थिक जोखमीपासून मुक्त होण्यासाठी, व्यक्तीने अतिरिक्त बचत नेहमीच केली पाहिजे. त्यामुळे इतरांकडे उधार मागण्याची वेळ येत नाही; शिवाय, उपलब्ध साधनांचा योग्य वापरही करता येतो.

६.	गुंतवणुकीचा विवेक प्राप्त करणे : गुंतवणुकीचा विवेक याचा अर्थ कोणत्याही बचतीचा विनियोग करताना त्यापासून आपल्याला कोणता लाभ होणार आहे, परताव्याचे स्वरूप किती राहील, तो आपल्या अपेक्षेनुसार आहे का, याविषयीची योग्य जाणीव निर्माण करणे होय.

	बरेचदा गुंतवणुकीच्या माध्यमांमधून विविध प्रकारची प्रलोभने दाखवली जातात. अतिरिक्त अथवा खूप जास्त लाभ अथवा अधिक परतावा मिळेल, अशा प्रकारच्या गुंतवणुकीच्या माध्यमांचे आकर्षण प्रत्येकाला असते. परंतु असे पर्याय किती विश्वासार्ह आहेत, त्यातील जोखीम कोणती आहे, याची आधी माहिती घेतली पाहिजे. योग्य-अयोग्य काय, याची माहिती घेतल्याशिवाय गुंतवणुकीचा पर्याय निवडू नये.

आर्थिक नियोजनाची मुख्य सूत्रे

आर्थिक नियोजनाची सूत्रे लक्षात घेतल्यास व्यक्तीला खऱ्या अर्थाने आर्थिक नियोजन यशस्वी करता येईल. कोणत्याही व्यक्तीसाठी आर्थिक स्वातंत्र्य व वित्तीय सुरक्षा प्राप्त करावयाची असेल तर पुढील सूत्रे त्याने निश्चितपणे तपासली पाहिजेत :

१.   **स्वतःच्या आर्थिक परिस्थितीची जाणीव**

प्रत्येकाकडे आपली आर्थिक परिस्थिती, संपत्ती व साधने आहेत, आपण वित्तीयदृष्ट्या सक्षम आहोत किंवा कसे, आपल्या जीवनात कोणत्या प्रकारचे आर्थिक धोके येऊ शकतात; अशा सर्व गोष्टींची अद्ययावत माहिती मिळवली पाहिजे. त्या अनुषंगाने आपल्या आर्थिक नियोजनाविषयींच्या कल्पना सुस्पष्ट केल्या पाहिजेत.

२.   **दीर्घकालीन उद्दिष्टे आणि जबाबदाऱ्यांची जाणीव**

व्यक्तीला जीवनातील अल्पकालीन आर्थिक गरजा सहजपणे पूर्ण करता येतात; परंतु दीर्घकालीन आर्थिक संकटे, भविष्यकालीन स्वप्ने आणि विविध प्रकारच्या आर्थिक गरजा पूर्ण करण्यासाठी त्याला योग्य गुंतवणुकीचा पर्याय निवडणे आवश्यक असते. घर बांधणे, मुलांचे शिक्षण अथवा इतर अशा प्रकारच्या जबाबदाऱ्यांच्या पूर्ततेसाठी मोठ्या निधीची आवश्यकता असते. योग्य प्रकारे बचत आणि गुंतवणूक केल्याशिवाय या जबाबदाऱ्या पूर्ण करणे शक्य होत नाही. म्हणून आपल्या दीर्घकालीन गरजा कोणत्या असतील, त्यासाठी किती निधीची गरज भासेल, याची जाणीव ठेवूनच व्यक्तीने गुंतवणूक केली पाहिजे.

३.   **वाढत्या महागाईची जाणीव**

महागाई हे एक महत्त्वाचे आर्थिक अरिष्ट आहे. कोणताही देश, समाज या आर्थिक अरिष्टापासून स्वतःला मुक्त करू शकत नाही. महागाई सातत्याने वाढतच जाणार आहे. काळानुसार महागाईचे स्वरूपही बदलत जाते. अशा वेळी आपल्याकडील आर्थिक साधनांचा योग्य प्रकारे विनियोग केला तर वाढत्या महागाईला तोंड देता येते आणि महागाईपासून मुक्त व सुरक्षित आर्थिक जीवन जगता येणे शक्य होते. याकरिता बचतीचे व गुंतवणुकीचे प्रमाण सतत वाढते कसे राहील, मिळणाऱ्या परताव्याची राशी कशी वाढेल, याचा विचार प्रत्येकाने केला पाहिजे.

४. **परताव्याचे नियोजन व स्वरूप**

व्यक्तीला विविध प्रकारच्या गुंतवणुकीच्या माध्यमातून मिळणाऱ्या परताव्याचे स्वरूप वेगवेगळे असू शकते. त्याचे पुनर्नियोजन करणे अत्यंत आवश्यक आहे. मग, अपेक्षित परतावा किती आहे, त्यापैकी कोणती राशी आपण बचतीच्या स्वरूपात वेगळी काढू शकतो, आणि ती इतर कोणत्या गुंतवणुकीच्या माध्यमातून करू शकतो, याचा व्यक्तीने विचार केला पाहिजे. परताव्यातून मिळणाऱ्या राशीची पुनर्गुंतवणूक करण्याची क्षमता व्यक्तीने साध्य केली तर अधिक लाभ होऊ शकतो.

५. **गुंतवणुकीच्या योग्य पर्यायांची निवड**

गुंतवणूक क्षेत्रात अनेक पर्याय उपलब्ध असतात. विशेषतः आर्थिक व वित्तीय बाजारपेठांत प्रलोभने देणारे अनेक पर्याय उपलब्ध असतात. त्यात अधिक लाभाची अथवा परताव्याची हमीदेखील दिली जाते. परंतु व्यक्तीने अशा पर्यायांची निवड करताना खरोखर हा पर्याय योग्य आहे का? यापासून मला अपेक्षित लाभ होणार आहे का? असे प्रश्न स्वतःला विचारून मगच योग्य गुंतवणुकीचा पर्याय निवडला पाहिजे.

६. **जोखमीचे व्यवस्थापन आणि क्षमतेचे निर्धारण**

प्रत्येक व्यक्तीची जोखीम घेण्याची क्षमता वेगवेगळी असते. काहींचे उत्पन्न अनियमित स्वरूपाचे असते, अशांची जोखीम घेण्याची क्षमता अत्यल्प असते; तर काहींना नियमित, स्थिर स्वरूपाचे मोठे उत्पन्न प्राप्त होत असते, अशांची जोखीम क्षमता अधिक असते. अशा परिस्थितीत व्यक्तीने कोणत्या स्वरूपाची आर्थिक जोखीम घेतली पाहिजे, कोणता गुंतवणूक पर्याय असणारी वित्तीय जोखीम आपण सहन करू शकतो, याचा विवेकपूर्ण विचार करून योग्य प्रकारे आर्थिक-वित्तीय नियोजन केले पाहिजे.

७. संपत्तीचे वाटप आणि नियोजन

केलेल्या गुंतवणुकीपासून व्यक्ती विविध प्रकारची संपत्ती निर्माण करते. ती घर, सोने, परस्पर निधी, शेअर आणि जमीन अशा वेगवेगळ्या स्वरूपात असू शकते. परंतु एकंदर संपत्तीपैकी कोणती राशी कोणत्या गुंतवणुकीच्या अथवा संपत्तीच्या स्वरूपात गुंतवावी, याचे एक निश्चित नियोजन व्यक्तीने केले पाहिजे. सर्वच संपत्ती एकाच विशिष्ट प्रकारच्या गुंतवणुकीच्या पर्यायात योग्य नसते. केवळ घर अथवा सोने अथवा वर्षातील बचत यांवर पूर्णतः विश्वास ठेवून बचतीचा एकच मार्ग निवडणे हे एक प्रकारे जोखीमपूर्ण असते. यातून अनेक वेळा व्यक्तीला अपेक्षित परतावा मिळत नाही किंवा गुंतवणुकीच्या माध्यमातून अतिरिक्त जोखीम स्वीकारावी लागते. म्हणून विविध प्रकारच्या गुंतवणुकीच्या माध्यमांचा विचार करून त्या अनुषंगाने आपल्या संपत्तीचे योग्य प्रकारे नियोजन करणे अत्यंत आवश्यक आहे.

८. विमा संरक्षण

आपल्या प्रत्येक गुंतवणुकीला योग्य सुरक्षितता प्राप्त झाली पाहिजे. गुंतवणुकीचा पर्याय निवडताना त्याला विमा संरक्षण आहे का, ही गुंतवणूक सुरक्षित स्वरूपाची आहे का, त्यात असणाऱ्या धोक्याचे स्वरूप व मात्रा काय आहे, याचा विचार करूनच गुंतवणूक केली पाहिजे. शक्यतो प्रत्येकाने आपला जीवन विमा काढला पाहिजे. तो त्याच्या जीवनमूल्याच्या प्रमाणात असणे आवश्यक आहे. त्यामुळे त्याच्या कुटुंबाला आणि त्याच्यावर अवलंबून असणाऱ्या व्यक्तींना योग्य प्रकारे आर्थिक सुरक्षिततेची हमी मिळते.

UNDP-IKEAच्या पुढाकारातून उत्तर प्रदेशात वित्तीय साक्षरतेचे अपूर्व यश

UNDP-IKEA या दोन संस्थांच्या संयुक्त विद्यमाने वित्तीय साक्षरतेचा एक उपक्रम उत्तर प्रदेशातील निवडक ग्रामीण भागात राबवण्यात आला. उत्तर प्रदेशातील अत्यंत मागासलेल्या ग्रामीण भागात IKEA कंपनीने UNDPच्या संयुक्त विद्यमाने स्वयंव्यवहाराचा गट आणि वित्तीय साक्षरता उपक्रमांना चालना देण्यासाठी विविध उपक्रम राबवले. त्यातून २३८ बचत सहायता गट स्थापन करण्यात आले. ४०० खेड्यांतील ४० हजार स्त्रियांना त्यांचे सदस्य करण्यात आले. १२ हजार महिलांना विविध प्रकारचा स्वयंरोजगार उपलब्ध झाला, तर लघुउद्योगाच्या माध्यमातून ४००० स्त्रियांना उद्योजक करण्यात आले. उद्योजकता शिक्षण व स्वयंरोजगार यांच्या माध्यमातून निर्माण झालेल्या वित्त साक्षरतेमुळे उत्तर प्रदेश आर्थिक नेतृत्व निर्माण करण्यात अग्रेसर होत आहे.

प्रकरण ४

वित्तीय साक्षरता

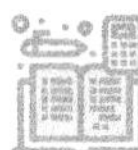

वित्तीय साक्षरता हा आर्थिक विकास आणि व्यक्तिगत वित्तीय, तसेच आर्थिक उन्नतीचा राजमार्ग मानला जातो. ती व्यक्तीला खऱ्या अर्थने आर्थिक, मनाजोगते आर्थिक निर्णय घेण्याचे, आपल्या कमाईचा उपभोग घेण्याचे, तसेच परावलंबीत्व कमी करण्याचे स्वातंत्र्य प्रदान करते. कोणत्याही सशक्त राज्य व्यवस्थेत केवळ राजकीय स्वातंत्र्य पर्याप्त नाही; त्याबरोबरच आर्थिक व वित्तीय स्वातंत्र्याची नितांत आवश्यकता असते. हे स्वातंत्र्य केवळ लिहिता-वाचता येणे ही परंपरागत साक्षरतेची व्याख्या आजच्या मुक्त आणि स्पर्धात्मक अर्थव्यवस्थेत फारच अपुरी आहे. विवेक, विचार आणि विश्लेषण करण्याची क्षमता विकसित करणारी साक्षरता म्हणजे खऱ्या अर्थने साक्षरता आहे. या दृष्टीने आर्थिक व वित्तीय व्यवहारांची योग्य समज व त्यांचे स्वतःच्या आर्थिक स्थितीवर होणारे संभाव्य परिणाम जाणून घेण्याची क्षमता विकसित करणे आणि आपली वित्तीय साधने, संपत्ती यांची योग्य जोपासना-संगोपन करण्याचे कौशल्य प्राप्त करणे अत्यंत महत्त्वाचे आहे. या दृष्टिकोनातून वित्तीय साक्षरता अत्यंत महत्त्वाचा घटक आहे.

भारतातील वित्तीय साक्षरतेचे प्रमाण

कमी (<=०.३३)	मध्यम (>=०.३४ ते <=०.५३)	उच्च (<=०.३३)
ग्रामीण भारत		
अरुणाचल प्रदेश, आसाम, बिहार, झारखंड, मणिपूर, मेघालय, नागालँड, उत्तर प्रदेश	आंध्र प्रदेश, छत्तीसगड, गुजरात, हरियाणा, जम्मू आणि काश्मीर, कर्नाटक, मध्य प्रदेश, महाराष्ट्र, मिझोराम, ओडिशा, पंजाब, राजस्थान, सिक्कीम, तमिळनाडू, तेलंगणा, त्रिपुरा, उत्तरांचल, पश्चिम बंगाल	चंदीगड, दिल्ली, गोवा,हिमाचल प्रदेश, केरळ, पाँडिचेरी
शहरी भारत		
आसाम, बिहार, मणिपूर, मेघालय, मिझोराम, नागालँड, उत्तर प्रदेश	आंध्र प्रदेश, अरुणाचल प्रदेश, छत्तीसगड, दिल्ली, गुजरात, हरियाणा, झारखंड, केरळ, मध्य प्रदेश, महाराष्ट्र, ओरिसा, पाँडिचेरी, पंजाब, राजस्थान, सिक्कीम, तमिळनाडू, तेलंगणा, त्रिपुरा, उत्तरांचल, पश्चिम बंगाल	चंदीगड, गोवा, हिमाचल प्रदेश, कर्नाटक

(Dash, P. and Ranjan, R.: Financial Literacy across Different States of India : An Empirical Analysis, RIS-DP 286 (November 2023), Published by: Research and Information System for Developing Countries (RIS))

वित्तीय साक्षरता निर्देशांक (FLI - Financial Literacy Index) 0 ते 1 पर्यंत असतो. FLI चे मूल्य '1' च्या जवळ असल्यास चांगला आहे असे दर्शवितो, तर '0' च्या जवळ असल्यास निकृष्ट आहे असे दर्शवितो. तसेच, वित्तीय साक्षरतेतील क्षेत्रीय फरक ओळखण्यासाठी FLI ला कमी, मध्यम, आणि उच्च या श्रेणीत वर्गीकृत केले आहे. FLI चे मूल्य 0.33 किंवा त्यापेक्षा कमी असल्यास त्याला कमी कामगिरी आहे असे मानले जाते, तर 0.34 ते

0.53 दरम्यानचे मूल्य मध्यम कामगिरी आहे असे मानले जाते, आणि 0.54 किंवा त्यापेक्षा अधिक मूल्य असल्यास उच्च कामगिरी आहे असे मानले जाते. वरील तक्त्यामध्ये ग्रामीण आणि शहरी भारतातील त्यांच्या FLI मूल्यांनुसार राज्यांचे वितरण दर्शविले आहे. ग्रामीण आणि शहरी भागांमध्ये बहुसंख्य राज्यांमध्ये एक समान नमुना दिसून येतो की वित्तीय साक्षरतेची पातळी मध्यम श्रेणीत येते. चंदीगड, गोवा, आणि हिमाचल प्रदेश हे वित्तीय साक्षरतेच्या बाबतीत उत्कृष्ट कामगिरी करणाऱ्या राज्यांमध्ये गणले आतात कारण या राज्यांतील ग्रामीण आणि शहरी भागातील लोक वित्तीय साक्षरतेच्या तुलनेने प्रगत स्तरावर आहेत. दिल्ली, केरळ, आणि पुदुच्चेरीमध्ये, ग्रामीण भागातील लोकांची वित्तीय साक्षरता उच्च पातळीवर आहे, तर त्या राज्यांच्या शहरी भागातील लोकांची वित्तीय साक्षरता मध्यम पातळीवर आहे. कर्नाटकमध्ये, शहरी भागात वित्तीय साक्षरतेची पातळी उच्च आहे, तर राज्यातील ग्रामीण भागात ती मध्यम पातळीवर आहे. याचे कारण असे असू शकते की कर्नाटक हे भारतातील माहिती तंत्रज्ञान (IT) उद्योगाचे महत्त्वाचे केंद्र आहे आणि बहुतेक IT कंपन्या राज्यातील शहरी भागात आहेत. त्याच वेळी, काही राज्यांसाठी एक चिंताजनक प्रवृत्ती दिसून आली आहे जिथे ग्रामीण आणि शहरी भागांतील वित्तीय साक्षरतेची पातळी कमी आहे. अशा राज्यांमध्ये आसाम, बिहार, मणिपूर, नागालँड आणि उत्तर प्रदेशचा समावेश होतो. काही राज्यांमध्ये, जसे की अरुणाचल प्रदेश आणि झारखंड, ग्रामीण भागातील वित्तीय साक्षरतेची पातळी कमी आहे, तर शहरी भागासाठी ती मध्यम आहे. मिझोरामच्या बाबतीत, उलट ट्रेंड पाहायला मिळतो, जिथे राज्यातील ग्रामीण भागात वित्तीय साक्षरतेची पातळी मध्यम आहे, तर त्यांच्या शहरी भागात ती कमी आहे. शहरी भाग हे वित्तीय उलाढालीचे केंद्र आहेत; म्हणूनच लोकांचे शिक्षणाचे स्तर जास्त आहेत आणि ग्रामीण लोकसंख्येपेक्षा तुलनेने जास्त उत्पन्न आहे. व्यावसायिक केंद्रांमुळे, शहरी भागात बँकेच्या शाखा अपरिहार्यपणे अधिक संख्येने आहेत. त्यामुळेच ग्रामीण भागाच्या तुलनेत शहरी भागात वित्तीय साक्षरता अधिक आहे.

शिक्षणाच्या प्रकारानुसार वित्तीय साक्षरता

शिक्षण	वित्तीय साक्षरता (%)			
	प्राथमिक	मध्यम	प्रगत	निरक्षर
निरक्षर	४८.३१	८.३७	०.१२	४३.१९
प्राथमिक	४४.१७	१६.७४	०.६१	३८.४८
माध्यमिक	४१.९९	३५.९२	०६.३२	१५.७८
पदविका	२४.७१	४८.६५	२०.२२	०६.४२
पदवीधर आणि वर	२१.०१	४४.४३	२९.५६	०५.००
एकूण सरासरी	३६.०४	३०.८२	११.३७	२१.७७

(*Dash, P. and Ranjan, R.: Financial Literacy across Different States of India : An Empirical Analysis, RIS-DP 286 (November 2023), Published by: Research and Information System for Developing Countries (RIS)*)

रोजगाराच्या प्रकारानुसार वित्तीय साक्षरता

कुटुंबाचा प्रकार	आर्थिक साक्षरता (%)			
	प्राथमिक	मध्यम	प्रगत	निरक्षर
स्वयंरोजगार	४५.६३	१९.६४	०३.१२	३१.६१
संघटित क्षेत्र	३१.५४	२९.३९	१०.६५	२८.४२
असंघटित क्षेत्र	४५.१९	१७.६२	०२.१९	३५.००
एकूण सरासरी	४०.७९	२२.२२	०५.३२	३१.६८

(*Dash, P. and Ranjan, R.: Financial Literacy across Different States of India : An Empirical Analysis, RIS-DP 286 (November 2023), Published by: Research and Information System for Developing Countries (RIS)*)

संकल्पना

वित्तीय साक्षरता म्हणजे विविध प्रकारचे वित्तीय व्यवहारविषयक कौशल्य प्राप्त करून योग्य व व्यवहार्य आर्थिक निर्णय घेण्याची क्षमता विकसित करणे. आपल्यापाशी असणारा पैसा, संपत्ती व वित्तीय साधने यांबाबत विविध निर्णय घेण्याची क्षमता विकसित करण्यासाठी वित्तीय साक्षरता आवश्यक आहे. यातूनच आर्थिक लाभार्थी बनण्याचे कौशल्य व विवेकपूर्ण निर्णय घेण्यासाठी आवश्यक पात्रता प्राप्त करता येते.

एखाद्या व्यक्तीपाशी वित्तीय साक्षरता असल्यास तो आपल्या धनसंपत्तीचा व मौद्रिक साधनांचा विविध प्रकारे वापर करण्याची व निर्णय घेण्याची क्षमता प्राप्त करतो. कोणत्याही व्यक्तीने आपल्या निधी, वित्तीय साधने आणि संपत्ती यांचा दैनंदिन जीवनात वैविध्यपूर्ण व लाभदायी पद्धतीने वापर करण्यासाठी आवश्यक ज्ञान कौशल्य व विवेचक दृष्टी प्राप्त करणे म्हणजे, खऱ्या अर्थाने वित्तीय साक्षरता होय.

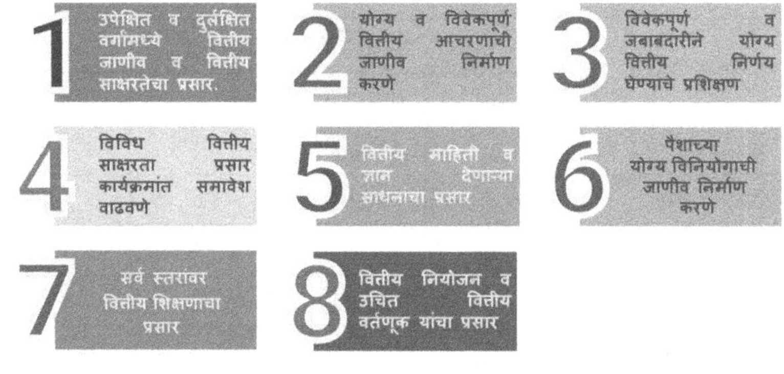

वित्तीय साक्षरतेची काही महत्त्वाची सूत्रे

१. योग्य मार्गाने धन व पैसा प्राप्त करणे

२. अर्जित धन व पैशांतून आपल्या गरजा पूर्ण करणे

३. योग्य वेळी आवश्यक धनराशीचे कर्ज घेणे

४. कर्जाची योग्य वेळी व तत्परतेने परतफेड करणे

५. विचार करण्याची क्षमता आणि स्वतंत्र व्यक्तिमत्त्व प्रदान करते.

६. वित्तसाक्षर व्यक्ती विविध प्रकारचे आर्थिक-वित्तीय व्यवहार स्वतंत्रपणे करण्यास सक्षम असते.

७. आपल्या आर्थिक साधनांचे संरक्षण, संवर्धन व संगोपन करण्यात अशी व्यक्ती नेहमीच पात्र असते.

वित्तीय साक्षरता ही विविध प्रकारचे आर्थिक-वित्तीय कौशल्य प्राप्त करण्यासाठी उपयुक्त आहे. सामान्यपणे वित्तीयदृष्ट्या साक्षर व्यक्तीला काही उपयुक्त घटकांची योग्य व वैविध्यपूर्ण माहिती प्राप्त होते. त्याचा उचित वापर करण्याची क्षमताही प्राप्त होते. व्याज प्राप्त करणे म्हणजे केवळ आर्थिक संरक्षण प्राप्त करणे नाही ; तर केलेल्या गुंतवणुकीवर लाभ प्राप्त करणेदेखील महत्त्वाचे आहे. त्यासाठी योग्य, सुरक्षित आणि मर्यादित जोखीम असणाऱ्या, व्याज देणाऱ्या योजना निवडणे महत्त्वाचे आहे.

अंदाजपत्रक तयार करण्याचे कौशल्य – आपले उत्पन्न आणि खर्च यामध्ये संतुलन साधता येणे एक महत्त्वाचे कौशल्य आहे कारण उत्पन्न आणि खर्च यामध्ये उचित ताळमेळ साधल्यास अनावश्यक खर्च टाळता येतात आणि आर्थिक व्यवहाराबाबत जागृत नियंत्रण ठेवता येते.

वित्तीय साक्षरता कशी निर्माण करता येईल? हा प्रश्न निश्चितच महत्त्वाचा आहे. कोणत्याही सामाजिक-आर्थिक पार्श्वभूमीच्या व्यक्तीला वित्तीय साक्षरतेची गरज आहे. कारण, त्याशिवाय आजच्या आर्थिकदृष्ट्या जटिल आणि गुंतागुंत असणाऱ्या जगात त्याला आपले अस्तित्व कायम टिकवता येणार नाही. त्याला विविध वित्तीय आणि आर्थिक व्यवहारांची उचित कल्पना व समज प्राप्त होणार नाही. या दृष्टीने त्याला वित्तीय साक्षरतेची विशेष गरज आहे. त्याला काही विशेष प्रकारचे कौशल्य व जाणीव, चौकस विचार करण्याची क्षमता प्राप्त केली पाहिजे.

वित्तीय साक्षरता साध्य करण्यासाठी काही सुलभ – उपयुक्त मार्ग

१. **वित्तीय जाणीव निर्माण करणे :** आपण जेव्हा-जेव्हा पैसा, धन, संपत्ती आणि विविध प्रकारचे मौद्रिक व्यवहार करतो, त्याचे काय संभाव्य परिणाम होऊ शकतात, याविषयी योग्य आणि परिपूर्ण विचार करण्याची क्षमता विकसित करणे. कोणताही वित्तीय व्यवहार करताना हा व्यवहार का, कशासाठी करायचा, त्याचे संभाव्य अल्पकालीन व दीर्घकालीन परिणाम

काय, या व्यवहारातून कोणते उद्दिष्ट साध्य होणार, अशा सर्व प्रश्नांची उत्तरे मिळवणे आवश्यक आहे.

२. **साधनांचे मूल्य जाणून त्यांच्या योग्य व विनियोग करण्याची जाणीव निर्माण करणे :** एखाद्या व्यक्तीला पैसा मिळवणे कदाचित अवघड वाटणार नाही; परंतु त्याचे संवर्धन आणि संरक्षण करणे अधिक महत्त्वाचे आहे. कारण, प्राप्त पैसा— मग तो संपत्तीच्या अथवा मौद्रिक स्वरूपात असो; त्याचे योग्य संवर्धन करणे, त्यातून परतावा प्राप्त करणे हे विशेष महत्त्वाचे आहे.

३. **वित्तीय कौशल्य प्राप्त करणे :** प्रत्येक कार्य सफलतेने पूर्ण करण्यासाठी ठरावीक कौशल्याची गरज असते. ही कौशल्ये अभ्यास, प्रशिक्षण आणि उपयोजन (Application) या माध्यमांमधूनच प्राप्त होतात. विविध प्रकारच्या गुंतवणुकीसाठी व बचतीबाबतचा निर्णय घेण्यासाठी, अर्थव्यवस्था आणि बाजारपेठेतील संभाव्य बदल व त्यांचा परिणाम समजून घेण्यासाठी विविध प्रकारच्या वित्तीय कौशल्यांची गरज असते. ही कौशल्ये हा वित्तीय साक्षरतेचा गाभा आहे.

४. **वित्तीय निर्णय घेण्याची क्षमता विकसित करणे :** आर्थिक व वित्तीय क्षेत्रांत अनेक बदल वारंवार होत असतात. हे बदल का व कशा प्रकारे होतात हे समजून घेणे, त्याबाबत डोळस दृष्टी ठेवून विविध प्रकारचे पर्याय व त्यांची उपयुक्तता, मर्यादा आणि परिणाम यांबाबत अध्ययन करून योग्य निर्णय घेण्याची क्षमता विकसित करणे महत्त्वाचे आहे.

- ◆ वित्तीय साक्षरता ही एक महत्त्वाची आर्थिक व वित्तीय प्रक्रिया आहे. या प्रक्रियेच्या माध्यमातून समाजाच्या विविध घटकांना, शासनाला, अर्थव्यवस्थेला आणि बाजारपेठ संरचनेला अनेक प्रकारचे लाभ प्राप्त होतात.
- ◆ समाजातील दुर्बल व उपेक्षित घटकांना अर्थव्यवस्थेच्या मुख्य प्रवाहात आणण्यासाठी वित्तीय साक्षरता विशेष लाभदायक आहे.
- ◆ आर्थिकदृष्ट्या संघटित आणि विखुरलेल्या घटकांना अर्थव्यवस्थेच्या आणि बाजारपेठेच्या विविध उपक्रमांविषयी माहिती देण्यासाठी उपयुक्त आहे.
- ◆ अज्ञान आणि अपसमज दूर करण्यासाठी वित्तीय साक्षरतेची संकल्पना महत्त्वपूर्ण आहे. त्यातून वित्तीय व्यवहाराची कार्यपद्धती व त्याचा परिणाम

यांची माहिती देता येते. विविध वित्तीय संस्था, बँक, विमा व्यवसाय यांविषयी योग्य व वास्तवपूर्ण माहिती देऊन जाणीव-जागृती निर्माण करता येते.

◆ असंघटित क्षेत्रातील विविध प्रकारच्या अनुचित, आर्थिक कार्यपद्धती आणि त्यातून होणारे शोषण, दुर्बल व कमकुवत घटकांचे आर्थिक शोषण यांवर नियंत्रण ठेवता येते.

◆ व्यापारी कार्यपद्धती, बाजारपेठेचे व्यवहार आणि त्यातील महत्त्वपूर्ण संकल्पना यांविषयी माहिती व मार्गदर्शन करता येते.

◆ उत्पन्न, खर्च, बचत आणि गुंतवणूक यांसारख्या मूलभूत संकल्पनांचा योग्य परिचय करून देता येतो.

◆ संरक्षण, संवर्धन करण्यासाठी उचित मार्गदर्शन व जाणीव निर्माण करता येते.

◆ विविध प्रकारच्या वित्तीय व्यवहारांची कार्यपद्धती व रचना समजून घेता येते.

◆ वित्तीय कागदपत्रांचे संरक्षण, संग्रह करणे, तसेच विविध दस्तऐवज करताना घ्यावयाची काळजीविषयीचे नियम याबाबत मार्गदर्शन करता येते.

वित्तीय साक्षरतेविषयक सेबीचा अहवाल

सेबीने २०२२मध्ये वित्तीय साक्षरता विवेचन अहवाल प्रकाशित केला आहे. त्यातील मुख्य व लक्षणीय मुद्दे पुढीलप्रमाणे आहेत :

१. भारतात आजमितीला प्रौढ व्यक्तींपैकी केवळ २७ टक्के लोक वित्तीयदृष्ट्या साक्षर आहेत. NCFE अहवालानुसार ७३ टक्के व्यक्ती अद्यापही वित्तीय साक्षरतेविषयक जाणीव व संकल्पना यांबाबत अनभिज्ञ आहेत.

२. अद्यापही ११ टक्के लोक बँकिंगविषयक सेवा प्राप्त करण्यास अनुत्साही आहेत.

३. UPI वित्तीय सेवांचा लाभ घेणारे ग्रामीण भागातील नागरिक अद्यापही मर्यादित आहेत. कारण त्यांच्याकडे स्मार्टफोन उपलब्ध नाहीत.

प्रकरण ५

वित्तीय सर्वसमावेशकता

वित्तीय सर्वसमावेशकतेची संकल्पना गेल्या काही दशकांपासून मोठ्या प्रमाणात सर्वमान्य होत आहे. जगातील सर्वच देशांनी आता वित्तीय सर्वसमावेशकता ही केवळ आर्थिकच नव्हे, तर सामाजिक निकड आहे, ही बाब मान्य केली आहे. समाजाच्या सर्वांगीण उद्धारासाठी आणि एकात्मिक आर्थिक विकासासाठी समाजातील सर्व वर्गांचा आर्थिक प्रक्रियांमध्ये योग्य सहभाग असला पाहिजे, ही बाब लक्षात घेता वित्तीय सर्वसमावेशकतेला पर्याय नाही, हे आपण समजून घेतले पाहिजे.

जोपर्यंत समाजातील एखाद्या विशिष्ट वर्गाच्या हातात महत्त्वपूर्ण आर्थिक संसाधने केंद्रित असतात आणि त्या माध्यमातून आर्थिक विकास साधला जातो, त्याला आर्थिक प्रगती म्हणता येईल; परंतु आर्थिक विकास म्हणता येणार नाही. कारण, एका विशिष्ट वर्गाच्या हातात अर्थव्यवस्थेच्या सर्व साधनांचे केंद्रीकरण झालेले असते. तो वर्ग अधिकाधिक श्रीमंत होत जाऊन श्रीमंत आणि दरिद्री वर्ग यांच्यामधील दरी सातत्याने वाढत जाते. ही वाढणारी आर्थिक विषमता सामाजिक विषमतेला आणि समाजाच्या एकंदरीत असंतुलित विकासाला कारणीभूत ठरते.

जगाचा आजवरचा अनुभव आहे की, समाजात 'आहे रे' आणि 'नाही रे' हे दोन वर्ग नेहमीच असणार! या दोन्ही वर्गांमधील दरी कमी करण्यासाठी केवळ दारिद्र्य निर्मूलनाचे प्रयत्न पुरेसे नसतात. त्याबरोबरच आर्थिक सर्वसमावेशकतेच्या कार्यक्रमांनाही प्राधान्य देणे आवश्यक आहे, हे आधुनिक आर्थिक विचारवंतांनी मान्य केले आहे; आणि त्याचे प्रतिपादन अधिक प्रभावीपणे करण्याचा प्रयत्न केला आहे.

आर्थिक सर्वसमावेशकतेची कल्पना केवळ आर्थिक क्रियांमध्ये सर्व वर्गांचा सहभाग असावा, एवढ्यापुरती सीमित नाही. आर्थिक साधनांच्या विकासात आणि वितरणात सर्वांना समान सहभाग मिळावा; आर्थिक विकासाच्या समान संधीचा पुरस्कार करता यावा; आणि आर्थिक विकासाच्या उन्नतीसाठी असणाऱ्या प्रत्येक संधीचा प्रत्येक वर्गाला योग्य लाभ मिळू शकेल, अशा प्रकारचे आर्थिक नियोजन झाले पाहिजे; या व्यापक दृष्टिकोनातून ही संकल्पना मांडली जाते.

युनायटेड नेशन्स कॅपिटल डेव्हलपमेंट फंड (United Nations Capital Development Fund) या संस्थेने वित्तीय सर्वसमावेशकतेविषयींची महत्त्वाची उद्दिष्टे पुढीलप्रमाणे सांगितली आहेत :

१. प्रत्येक व्यक्तीला, कुटुंबाला आणि समाजातील प्रत्येक घटकाला विविध प्रकारच्या वित्तीय सेवा योग्य किमतीत मिळण्यासाठी प्रयत्न करणे

२. पात्रता असणाऱ्या प्रत्येक व्यक्तीला विविध प्रकारच्या बँकविषयक सेवासुविधांचा आणि विविध योजनांचा लाभ प्राप्त करून देणे

३. विमा, पेन्शन, दीर्घकालीन कर्ज, गहाण ठेवण्याची सुविधा, तसेच पैशाचे व धनाचे हस्तांतरण यांसारख्या महत्त्वाच्या वित्तीय सेवा प्रत्येक व्यक्तीला उपलब्ध करून देणे

४. विविध प्रकारच्या वित्तीय संस्था, तसेच व्यक्ती आणि समाजातील विविध घटकांमध्ये योग्य समन्वय स्थापन करून त्या माध्यमातून या संस्थांच्या सर्व सुविधा, सेवा आणि कार्यपद्धती यांविषयी माहिती उपलब्ध करून देणे

५. शासनाच्या विविध वित्तविषयक योजनांचा, विविध वर्गांकरिता आखलेल्या विकासात्मक योजनांचा लाभ प्रत्येक वर्गाला व्हावा याकरिता आवश्यक जागृती, शिक्षण आणि माहिती उपलब्ध करून देणे

६. विविध प्रकारच्या वित्तीय संस्थांच्या कार्यपद्धती आणि समाजातील विविध घटक यांच्यामध्ये समन्वय स्थापन करून, या सेवा शाश्वत पद्धतीने उपलब्ध होतील अशी यंत्रणा प्रस्थापित करणे

संकल्पना

'सेंटर फॉर ग्लोबल डेव्हलपमेंट' या संस्थेने वित्तीय सर्वसमावेशकतेची संकल्पना स्पष्ट करताना पुढील मुद्दे लक्षात घेतले आहेत.

या संस्थेच्या मते, विविध प्रकारच्या वित्तविषयक सेवासुविधा, कार्यपद्धती आणि योजना यांचा विस्तार करणे; प्रत्येक व्यक्तीला या सेवा सहजपणे उपलब्ध होतील अशी यंत्रणा प्रस्थापित करणे; आणि त्याद्वारे वित्तीय सेवा सुविधा पुरवणाऱ्या संस्था, शासन आणि समाजातील सर्व घटक यांच्यामध्ये समन्वयाचे वातावरण प्रस्थापित करणे; आर्थिक अथवा वित्तीय सेवांच्या संदर्भात कोणत्याही प्रकारचे शोषण, अन्यायविरहित योग्य प्रकारची वित्तीय सेवा प्रत्येक व्यक्तीला त्याच्या गरजेनुसार अल्प किमतीत उपलब्ध करून देणे; याकरिता जी यंत्रणा कार्य करते, तिला वित्तीय सर्वसमावेशकता असे म्हणता येईल.

<table>
<tr><td colspan="2" align="center">वित्तीय संस्था</td></tr>
<tr><td align="center">नवीन वित्तीय बाजारपेठेचा शोध</td><td align="center">औपचारिक
वित्तीय शिक्षण</td></tr>
<tr><td align="center">नवीन खाते</td><td align="center">नवीन वित्तसेवांचा विकास</td></tr>
<tr><td align="center">शोधन व्यवहार वाढ</td><td align="center">वित्तीय सुरक्षा</td></tr>
<tr><td align="center">वाढते निधी हस्तांतरण</td><td align="center">ग्राहकांनुसार नवीन</td></tr>
<tr><td align="center">ऋण व पतसुविधा</td><td></td></tr>
<tr><td align="center">विमा सुविधा</td><td></td></tr>
<tr><td align="center">मोबाईल बँकिंग</td><td></td></tr>
<tr><td align="center">डिजिटल तंत्रज्ञानावर आधारित
वित्तसेवा</td><td></td></tr>
<tr><td align="center">साध्य झालेली</td><td align="center">अद्यापही साध्य न झालेली</td></tr>
</table>

वित्तीय सर्वसमावेशकता

सूत्रे

टोरंटो (Toronto) येथील जी-२० परिषदेने निर्धारित केलेली सर्वसमावेशकतेची महत्त्वपूर्ण सूत्रे पुढीलप्रमाणे :

१. वित्तीय सर्वसमावेशकता ही प्रत्येक समाजातील प्रत्येक वर्गाच्या आर्थिक वित्तीय उन्नतीसाठी असल्यामुळे, त्या सुविधा प्रत्येक व्यक्तीला सहजपणे उपलब्ध होण्यासाठी विशिष्ट प्रकारची मार्गदर्शक यंत्रणा आणि नियामक यंत्रणा प्रस्थापित करणे

२. शासन, वित्तीय संस्था आणि समाजातील सर्व घटक यांच्यामध्ये समन्वय प्रस्थापित करणारी, वित्तविषयक सर्व माहितीचे आणि आर्थिकविषयक बाबींचे योग्य प्रकारे वितरण-संप्रेषण करणारी, त्या माध्यमातून आर्थिक जागृती निर्माण करणारी यंत्रणा प्रस्थापित करणे

३. आर्थिक शोषण अथवा कोणत्याही प्रकारच्या वित्तीय सेवांच्या माध्यमातून होणारे वित्तीय शोषण थांबवण्यासाठी वित्तसंस्थांविषयी एक विशिष्ट प्रकारची

जागृती निर्माण करणे आणि त्या माध्यमातून समाजातील कोणत्याही वर्गाला वित्तीय शोषणापासून मुक्त करणे.

४. वित्तीय गरजांच्या माध्यमातून निर्माण होणाऱ्या असहायतेचा लाभ समाजातील दुसऱ्या कोणत्याही वर्गाने घेऊ नये, याकरिता योग्य नियामक यंत्रणा प्रस्थापित करणे.

५. प्रत्येक वर्गाला आर्थिक वित्तीय संरक्षण उपलब्ध करून देणारी कल्पक आणि नावीन्यपूर्ण यंत्रणा प्रस्थापित करणे

वित्तीय सर्वसमावेशकता आणि आर्थिक विकास

वित्तीय सर्वसमावेशकता आणि आर्थिक विकास यांच्यामधील परस्परसंबंध अनेक प्रकारे विशद करता येईल. हा संबंध बहुआयामी असून त्याचे काही महत्त्वपूर्ण पैलू आपण लक्षात घेतले पाहिजेत :

१. आर्थिक विकास ही संकल्पना एकांगी स्वरूपाची नसून ती व्यापक आणि परिपूर्ण स्वरूपाची आहे. तिच्या माध्यमातून समाजातील सर्व घटकांना वित्तीय सेवांचा, आर्थिक विकासाच्या संधींचा योग्य व पर्याप्त लाभ मिळवून देणे अपेक्षित आहे.

२. समाजातील प्रत्येक घटकाला आपल्या क्षमतेनुसार, पात्रतेनुसार आणि आर्थिक क्षमतेनुसार विकासाची संधी प्राप्त करता आली पाहिजे. त्याकरिता त्याला आर्थिक विकासाच्या योजना, कार्यपद्धती आणि उपक्रम यांविषयीची योग्य जाणीव व माहिती मिळाली पाहिजे; त्याशिवाय आर्थिक विकासाची प्रक्रिया व्यापक आणि सर्वसमावेशक होत नाही.

३. समाजातील सर्व घटकांना आर्थिक विकासाच्या प्रक्रियेत समाविष्ट केल्याशिवाय शाश्वत आर्थिक विकास साध्य करणे शक्य नाही. त्यासाठी समाजातील दुर्बल, दुर्लक्षित व उपेक्षित घटकांना आर्थिक प्रक्रियांच्या मुख्य प्रवाहात आणणे, त्याकरिता त्यांना विविध प्रकारची आर्थिक सुविधा व संधी उपलब्ध करून देणे अत्यंत आवश्यक आहे

४. एकांगी आर्थिक विकास सामान्यपणे अर्थसत्तांचे व साधनांचे केंद्रीकरण करतो. त्यातून विषमता प्रस्थापित होते. आर्थिक शोषणाची संधी विविध वर्गांना उपलब्ध होऊन त्यातून सामाजिक व आर्थिक अन्याय होत असतो. ही परिस्थिती समाजाच्या शाश्वत स्थैर्याला (Sustainable Stability),

दीर्घकालीन विकासाला हानिकारक असते. त्यामुळे, अशा प्रकारचे आर्थिक शोषण थांबवण्यासाठी एक व्यापक, परिपूर्ण आणि सर्वसमावेशक यंत्रणा प्रस्थापित करणे अत्यंत आवश्यक आहे. आर्थिक व वित्तीय सर्वसमावेशकतेशिवाय अशी यंत्रणा प्रस्थापित होऊ शकत नाही.

एकंदरीतच, वित्तीय सर्वसमावेशकता ही आर्थिक विकासाची पूर्वअट आहे. ती असल्याशिवाय व्यापक, दीर्घकालीन आणि शाश्वत आर्थिक विकास साध्य होऊ शकत नाही.

५. समाजात समता, समानता व एकरूपता (Equity, Equality and Harmony) प्रस्थापित करावयाची असेल तर वित्तीय सर्वसमावेशकतेच्या माध्यमातूनच आर्थिक विकासाच्या योजना राबवल्या पाहिजेत.

वित्तीय सर्वसमावेशकतेच्या व्याख्या

१. रिझर्व्ह बँकेचे अध्यक्ष श्री. रंगराजन यांच्या शब्दांत सांगायचे तर, विविध प्रकारच्या वित्तीय सेवासुविधा, वित्त-कर्ज-विमा आणि बँकिंगविषयक सुविधा समाजातील सर्व घटकांना योग्य प्रकारे, योग्य पद्धतीने आणि विविध पूर्वनिर्धारित प्रक्रियेने, अल्प किमतीत उपलब्ध करून देण्याची यंत्रणा म्हणजे वित्तीय सर्वसमावेशकता होय.

२. एन. मनी यांच्या शब्दांत – समाजातील दुर्बल, दुर्लक्षित व उपेक्षित घटकांना; तसेच आर्थिक सुविधांपासून वंचित असणाऱ्या आणि आर्थिक मुख्य प्रवाहापासून दुरावलेल्या वर्गाला आर्थिक प्रक्रियेच्या मुख्य प्रवाहात समाविष्ट करण्यासाठी, उपलब्ध करून देण्यात आलेल्या विविध प्रकारच्या वित्तीय सेवासुविधा आणि आर्थिक सुविधा या सर्वांचा समावेश वित्तीय सर्वसमावेशकतेत होतो.

आधुनिक आर्थिक नियोजनात वित्तीय सर्वसमावेशकतेचे स्थान

वित्तीय सर्वसमावेशकता ही एक अत्यंत व्यापक प्रक्रिया आहे. तिचा मुख्य उद्देश समाजातील सर्व घटकांना आर्थिक व सामाजिक न्याय मिळवून देणे, त्या माध्यमातून आर्थिक विकासाच्या एकंदर प्रक्रियेत समाजाच्या सर्व घटकांचा समावेश व्हावा याकरिता प्रयत्न करणे, हा आहे.

आर्थिक व वित्तीय सर्वसमावेशकतेचे लाभ शासनाला आणि समाजातील विविध घटकांना विविध प्रकारे होत असतात. या माध्यमातूनच समाजात संतुलन व शाश्वत विकासाची हमी देता येते. एकंदरीतच, आर्थिक प्रक्रियांशी संबंधित असणाऱ्या सर्व हितसंबंधीयांना वित्तीय सर्वसमावेशकतेचे लाभ मिळत असतात.

१. समाजातील दुर्लक्षित घटकांना विविध प्रकारच्या वित्तीय सेवा सहजपणे, अल्प किमतीत व सुरक्षितपणे उपलब्ध करून देता येतात. त्या माध्यमातून समाजातील दुर्लक्षित घटकांना आर्थिक प्रक्रियांच्या व वित्तीय कार्यांच्या मुख्य प्रवाहात समाविष्ट करता येते.

२. एका कार्यक्षम व सर्वव्यापक वित्तीय प्रणालीची स्थापना करण्यासाठी वित्तीय सर्वसमावेशकता अत्यंत आवश्यक आहे.

३. समाजात ठराविक वर्गांद्वारे होणाऱ्या आर्थिक व वित्तीय शोषणाला प्रतिबंध करण्यासाठी वित्तीय सर्वसमावेशकतेची विवेकपूर्ण व परिपूर्ण योजना उपयुक्त सिद्ध होते.

४. विविध प्रकारच्या वित्तीय विमाविषयक सेवा आणि कर्जविषयक सुविधा उपलब्ध करून दिल्यामुळे समाजातील अनेक घटकांना आर्थिक विकासाच्या संधीचा लाभ घेता येतो.

५. अल्पभूधारक, दारिद्र्यरेषेखाली असणारे घटक, महिला, छोटे उद्योजक आणि छोटे विक्रेते यांना विकासाची संधी प्राप्त करण्यासाठी वित्तीय सर्वसमावेशकतेच्या विविध योजना उपयुक्त सिद्ध होत आहेत.

६. वित्तीय सेवा या विविध प्रकारच्या असतात. विशेषतः दीर्घकालीन वित्तीय संरक्षण प्राप्त करावयाचे असेल, किंवा आर्थिक अनिश्चितता आणि जीवनातील विविध प्रकारच्या धोक्यांचा सामना करावयाचा असेल, तर वित्तीय सर्वसमावेशकता अत्यंत आवश्यक असते. त्याद्वारे व्यक्ती विमा आणि जीवन संरक्षणाच्या विविध आर्थिक योजना प्राप्त करू शकतो.

७. विविध प्रकारच्या वित्तीय सेवा पुरवणाऱ्या वित्तीय संस्थांना अशा प्रकारे आपल्या कार्याचा व्याप वाढवता येतो. त्या माध्यमातून समाजात शास्त्रशुद्ध पद्धतीने संचालित केलेल्या वित्तीय रचनेची स्थापना करता येते.

८. आर्थिक व वित्तीय कारणांमुळे होणारे शोषण थांबल्यामुळे समाजात निर्माण होणारा असंतोष कमी करता येतो. शोषणामुळे समाजात होणारी विषमता

आणि आर्थिक-सामाजिक दरी कमी करता येते. सामाजिक समतेचे स्वप्न पूर्ण करावयाचे असेल तर वित्तीय सर्वसमावेशकता अत्यंत आवश्यक असते.

९. वित्तीय सर्वसमावेशकतेमुळे आर्थिक व वित्तीय जागृती येते. आपण केलेले आर्थिक व वित्तीय व्यवहार कशा स्वरूपाचे आहेत, त्याचे आपल्या वर्तमान व भविष्यकालीन जीवनावर कोणते परिणाम होणार आहेत, याचा विवेक व्यक्तीला येतो. व्यक्तीच्या एकंदरीतच आर्थिक चेतनेचा व विवेकपूर्ण वित्तीय वृत्तीचा विकास करता येतो.

१०. वित्तीय सर्वसमावेशकतेच्या माध्यमातून समाजातील अनेक घटकांना उद्यमशील करता येते. वापरात न आलेली संसाधने अधिक कार्यक्षमपणे वापरता येऊन समाजाच्या एकंदरीतच आर्थिक गतिशीलतेला चालना देता येते.

११. भांडवल निर्मिती करता येते. त्या माध्यमातून भांडवलाची कार्यक्षमता व गतिशीलता वाढवता येते. व्यक्तीजवळ असणारे भांडवल अथवा बचत अल्प असली तरी तिचा एकत्रित परिणाम (Sonar Effect) अधिक असतो. त्याचा लाभ घ्यावयाचा असेल तर वित्तीय सर्वसमावेशकतेची योजना कार्यक्षमपणे राबवणे अत्यंत आवश्यक असते.

१२. समाजातील प्रत्येक घटकाला आपल्या आर्थिक उन्नतीची आकांक्षा असते; परंतु त्यासाठी योग्य संधी आणि सुविधा त्याला सहजपणे प्राप्त होऊ शकत नाही. वित्तीय सर्वसमावेशकतेविषयीच्या विविध योजना कार्यक्षमपणे राबवल्यास अशा प्रकारची संधी प्रत्येक वर्गाला प्राप्त होऊ शकते.

१३. शासन आणि समाजातील दुर्बल घटक यांच्यामध्ये आर्थिक व वित्तीय समन्वय साधण्यासाठी वित्तीय सर्वसमावेशकतेविषयक जाणीव-जागृती निर्माण करणे, तशा सुविधा उपलब्ध करून देणे अत्यंत आवश्यक असते.

१४. शासनाला समाजातील दुर्लक्षित घटकांना ज्या विविध प्रकारच्या वित्तीय व आर्थिक लाभांच्या योजना उपलब्ध करून द्यावयाच्या आहेत, त्यामधून त्यांच्या जीवनमानाचा दर्जा उंचावयाचा आहे, त्या योजनांबद्दल जाणीव-जागृती निर्माण करणे; या योजनांद्वारे अपेक्षित लाभ प्राप्त करून देण्याकरिता वित्तीय सर्वसमावेशनाच्या योजनांची अंमलबजावणी करणे आवश्यक असते.

वित्तीय वर्जन

वित्तीय सर्वसमावेशनाची संकल्पना अधिक योग्य प्रकारे समजून घ्यावयाची असेल तर वित्तीय वर्जन (Financial Exclusion) या संकल्पनेला समजून घेतले पाहिजे.

जेव्हा समाजामध्ये वित्तीय क्षमतेच्या आधारावर विविध वर्गांचे विभाजन होते, तेव्हा त्यातून स्वाभाविकपणे आर्थिक व वित्तीय शोषणाला वाव मिळत जातो. या वर्गाजवळ अधिक वित्तीय साधनसंपत्ती आहे. जो वर्ग मोठ्या प्रमाणात आर्थिक साधनसंपत्तीवर नियंत्रण ठेवतो, तो आर्थिकदृष्ट्या दुर्बल घटकांना विकासाची संधी देण्यास प्रतिबंध करतो. आर्थिक साधनांच्या मक्तेदारीमुळे गरीब व दुर्बल घटकांच्या शोषणाला चालना मिळते. त्यातूनच गरीब, निर्धन आणि आर्थिकदृष्ट्या दुर्बल असणारा घटक अधिकाधिक दुर्बल व निर्धन होत जातो. एक प्रकारे हे दुष्टचक्र सातत्याने फिरत जाते. त्यामुळे आर्थिकदृष्ट्या संपन्न असणाऱ्या वर्गाजवळ संपत्तीचे केंद्रीकरण मोठ्या प्रमाणात होऊ लागते; संपत्ती आणि आर्थिक साधनांवर त्याचे संपूर्ण नियंत्रण प्रस्थापित होते... यातून सामाजिक विषमता प्रस्थापित होते. या विषमतेतून समाजात असंतोष, विभाजनाची शक्यता, तसेच विविध प्रकारच्या प्रतिरोधाची कल्पना रुजत जाते. हे टाळण्यासाठी आर्थिक वर्जनाची संकल्पना समजून घेतली पाहिजे.

आर्थिक वर्जन अथवा वित्तीय वर्जन या शब्दाची व्याख्या विविध प्रकारे करता येईल :

१. समाजातील एखाद्या विशिष्ट आर्थिक व वित्तीय दुर्बल घटकांना त्यांच्या आर्थिक-वित्तीय विकासाची संधी प्राप्त करून देण्यात समाज असमर्थ ठरतो तेव्हा आर्थिक वर्जन घडून येत असते.

२. वित्तीय वर्जन म्हणजे समाजातील विविध दुर्बल व आर्थिकदृष्ट्या कमकुवत असणाऱ्या घटकांना वित्तीय व आर्थिक साधनांच्या प्राप्तीची आणि वापराची संधी मिळण्यात विविध प्रकारचे अडथळे निर्माण होणे; अथवा अशा प्रकारची संधी उपलब्ध न होणे.

वित्तीय वर्जन म्हणजे समाजातील दुर्बल व आर्थिकदृष्ट्या कमकुवत वर्गाला त्याच्या आर्थिक विकासाची संधी प्राप्त करून न देणे, तसेच आर्थिक विकासाच्या मुख्य प्रवाहात त्याचा समावेश न होणे. त्याबरोबरच आर्थिक-

वित्तीय साधनांविषयी पर्याप्त माहितीचा अभाव, साधनांचा उपयोग करण्याच्या संधीचा अभाव आणि त्यातून त्याच्या आर्थिक दुर्बलतेला अधिक चालना देणारी प्रक्रिया म्हणजे आर्थिक-वित्तीय वर्जन होय.

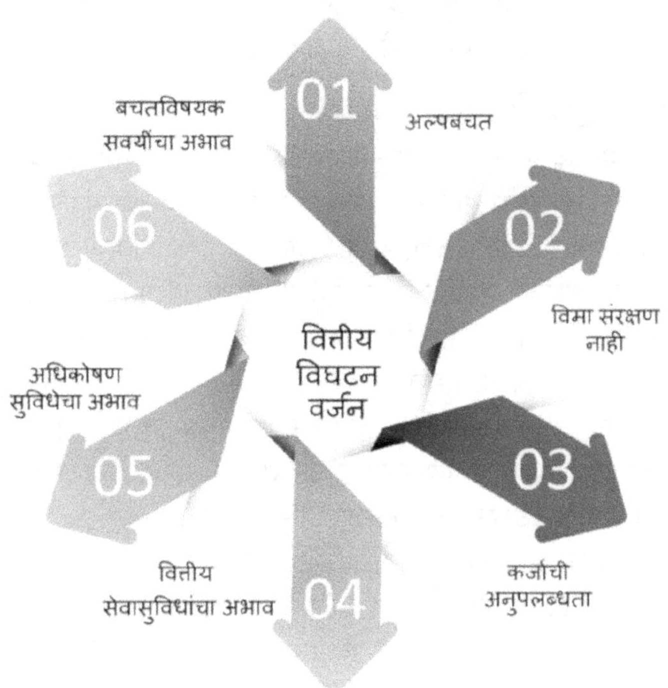

वित्तीय वर्जनाची प्रमुख वैशिष्ट्ये

१. वित्तीय वर्जन हे मुख्यत्वेकरून आर्थिक-वित्तीय साधनांच्या केंद्रीकरणातून घडून येत असते.

२. वित्तीय व आर्थिक वर्जन मुख्यत्वेकरून आर्थिक-वित्तीय साधनांवर ठरावीक अथवा एका विशिष्ट वर्गाच्या मक्तेदारीतून निर्माण होते.

३. वित्तीय वर्जनामुळे आर्थिकदृष्ट्या दुर्बल असणारा घटक वित्तीय साधनांचा वापर करण्यास असमर्थ ठरतो.

४. वित्तीय वर्जनामुळे आर्थिक विकासाची व त्याच्या मुख्य प्रवाहात समाविष्ट होण्याची संधी आर्थिकदृष्ट्या दुर्बल घटकांना प्राप्त होत नाही.

५. वर्जनामुळे आर्थिक व वित्तीय जाणीव निर्माण होत नाही; तसेच वित्तीय साधनांचा योग्य व विवेकपूर्ण वापर करण्याविषयीची माहिती प्राप्त होण्यास अडचणी निर्माण होतात.

६. वित्तीय वर्जनामुळे उद्यमशीलता आणि नवीन प्रकारचे आर्थिक व्यवहार सुरू करण्याची क्षमता यांवर विपरीत परिणाम घडून येतो.

वित्तीय सर्वसमावेशनाचे लाभ

वित्तीय सर्वसमावेशकता ही प्रत्येक देशाच्या आर्थिक व वित्तीय विकासासाठी असणारी एक महत्त्वाची बाब आहे. वित्तीय सर्वसमावेशकतेची संकल्पना रूढ न झालेल्या देशांमध्ये आर्थिक विकास होत असला तरी तो परिपूर्ण आणि व्यापक नसतो. तसेच शाश्वत आर्थिक विकासाची संकल्पना अस्तित्वात येण्यात अनेक अडथळे येतात. वित्तीय सर्वसमावेशकता ही समाजाची केवळ आर्थिक गरज नसून, ती सामाजिक-सांस्कृतिक तसेच उद्यमशीलतेसाठी आवश्यक असणारी पूर्वअट आहे, हे आपण समजून घेतले पाहिजे. वित्तीय सर्वसमावेशनाची प्रक्रिया ज्या समाजात मोठ्या प्रमाणात व व्यापक स्वरूपात राबवली जाते त्याला अनेक प्रकारचे लाभ होत असतात. ठळक लाभ पुढीलप्रमाणे सांगता येतील :

१. वित्तीय व्यवहार, वित्तीय प्रणाली आणि वित्तीय रचना यांविषयीची जाणीव आणि माहिती समाजातील सर्व वर्गांना योग्य प्रकारे प्राप्त होऊ शकते.

२. समाजात उपलब्ध असणारी विविध प्रकारची वित्तीय साधने, त्यांची उपयुक्तता व उपयोग यांविषयीची जाणीव आणि माहिती प्राप्त झाल्यामुळे समाजातील सर्व घटकांना वित्तीय साधनांचा योग्य वापर करणे शक्य होते.

३. समाजात उद्योगशीलता निर्माण होते; तसेच समाजातील दुर्बल आणि आर्थिकदृष्ट्या मागासलेल्या घटकांमध्येसुद्धा उद्यमशील वृत्ती प्रस्थापित करता येऊन नवीन उद्योगांना चालना देता येते.

४. भांडवल निर्मितीची प्रक्रिया आणि भांडवलाची गतिशीलता वाढवायची असेल तर समाजातील सर्व घटकांनी वित्तीय प्रक्रियेत आपल्या क्षमतेनुसार सहभागी होणे आवश्यक आहे.

५. समाजाची आर्थिक क्षमता वाढवता येते. समाजातील सर्व वर्गांजवळ असणारे अल्प स्वरूपातील भांडवलाचादेखील योग्य प्रकारे वापर करता येते.

६. बचत आणि गुंतवणूक यांविषयी विवेकपूर्ण दृष्टिकोन प्रस्थापित करता येतो.

त्यामुळे समाजाचे विविध वर्गांद्वारे होणारे आर्थिक-वित्तीय शोषण टाळता येते. समाजात एक प्रकारची वित्तीय जाणीव निर्माण झाल्यामुळे योग्य आणि दीर्घकालीन लाभदायक असणारे वित्तीय गुंतवणुकीचे पर्याय निवडण्यात समाज समर्थ होतो.

७. शासनाच्या विविध योजनांना आणि कार्यक्रमांना योग्य प्रकारे चालना देणे, त्यातून समाजातील दुर्बल घटकांना अपेक्षित आर्थिक लाभ मिळवून देणे, हे वित्तीय सर्वसमावेशकतेशिवाय शक्य होत नाही.

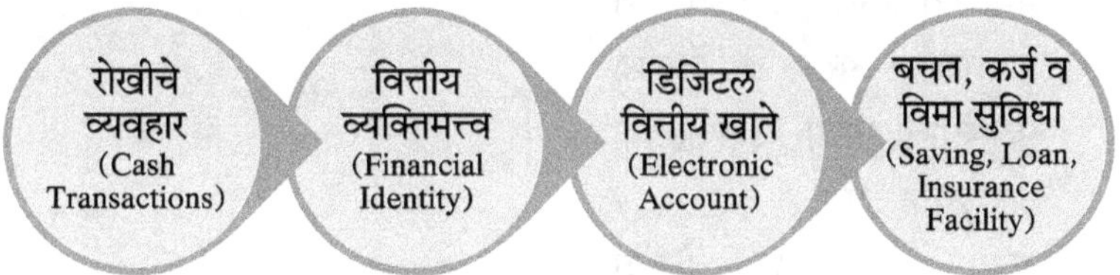

वित्तीय सर्वसमावेशकतेची वाढती व्याप्ती

८. विमा, बँकिंग आणि वित्तीय व्यवसाय यांविषयीच्या विविध सेवा आणि कार्यपद्धती यांविषयीची जाणीव-जागृती करता येते.

९. समाजातील दुर्बल आणि मागासलेल्या वर्गांना वित्तीय सेवांचा योग्य लाभ घ्यावयाचा असेल तर वित्तीय सर्वसमावेशकतेची जाणीव सर्व स्तरांवर निर्माण होणे आवश्यक आहे.

◆ समाजातील अल्पभूधारक शेतकरी, शेतमजूर, गृहिणी आणि छोटे व्यवसाय करणाऱ्या व्यक्ती या सर्वांना भांडवलाची आवश्यकता असते. वित्तीय सर्वसमावेशकतेची संकल्पना योग्य प्रकारे प्रस्थापित केली तर समाजातील आर्थिक शोषण करणाऱ्या खासगी सावकारांपासून या वर्गांचे संरक्षण करता येते.

◆ बचत गट आणि सूक्ष्म वित्त (Micro Finance) यांसारख्या संकल्पना समाजात रूढ करावयाच्या असतील तर वित्तीय सर्वसमावेशन ही संकल्पना समाजात सर्व स्तरांवर प्रस्थापित करणे आवश्यक आहे.

◆ समाजातील आर्थिक साधनांची उत्पादनक्षमता आणि कार्यक्षमता वाढवायची असेल, आणि या सर्व साधनांचा योग्य वापर करायचा असेल तर वित्तीय

सर्वसमावेशन आवश्यक आहे.

◆ समाजात कार्य करणाऱ्या विविध प्रकारच्या वित्तीय संस्था, विशिष्ट बॅंकिंग, विमा आणि इतर संस्था यांविषयीची कार्यपद्धती; तसेच त्यांच्या लाभांविषयीची माहिती समाजात योग्य प्रकारे प्रसारित करावयाची असेल तर वित्तीय सर्वसमावेशनाची संकल्पना आवश्यक आहे.

◆ अल्प स्वरूपात होणारी बचतदेखील मोठ्या प्रमाणात गुंतवणुकीला चालना देऊ शकते. या बचतीला योग्य वळण देण्यासाठी, तिला योग्य प्रकारे प्रवाहित करण्यासाठी वित्तीय सर्वसमावेशन अत्यंत आवश्यक आहे.

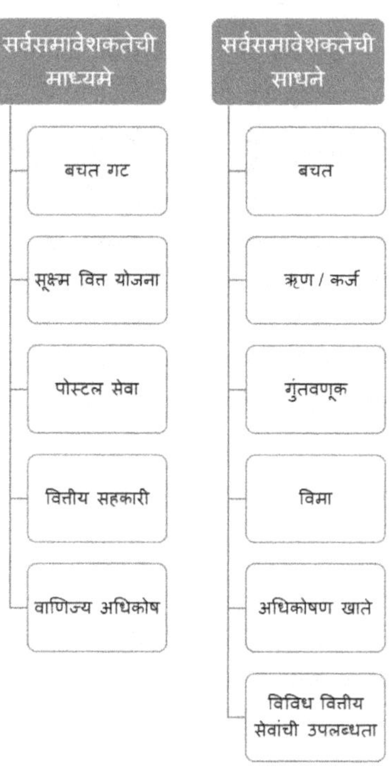

◆ वित्तीय सर्वसमावेशनाची संकल्पना प्रस्थापित झाल्यास लोकांची बॅंकिंगविषयक जाणीव अधिक सुदृढ होईल. त्यामुळे रोख व्यवहार व रोख अर्थव्यवस्थेऐवजी बॅंकिंगवर आधारित आणि संस्थागत अर्थव्यवस्थेला अधिक चालना मिळते. त्यामुळे समाजात होणाऱ्या आर्थिक गळती (leakages) चे प्रमाण कमी करता येते. सर्व आर्थिक व्यवहार एका विशिष्ट पद्धतीने संचालित करता येतात. त्यामुळे समाजात आर्थिक शिस्त प्रस्थापित करणे शक्य होते.

वित्तीय सर्वसमावेशकतेच्या प्रक्रियेत असणारे अडथळे

वित्तीय सर्वसमावेशकता ही कल्पना आर्थिकदृष्ट्या उपयुक्त आणि प्रभावी वाटत असली तरी प्रत्यक्षात तिचे व्यवहारी संचालन करण्यात आणि समाजात प्रस्थापित

करण्यात अनेक अडथळे आहेत. सामान्यपणे हे अडथळे दोन स्वरूपाचे आहेत :
एक, मागणी बाजूचे अडथळे आणि दुसरे, पुरवठा बाजूचे अडथळे.

मागणी बाजूचे अडथळे

समाजात वित्तीय सर्वसमावेशकतेविषयी जाणीव निर्माण झाल्याशिवाय, वित्तीय साधनांची मागणी आणि त्यांचा योग्य वापर शक्य होऊ शकत नाहीत. परंतु सामान्यपणे या वित्तीय साधनांची मागणी समाजात असणाऱ्या वित्तीय जाणिवांवर अवलंबून असते. जोपर्यंत ही जाणीव अधिक प्रकर्षाने समाजात रूढ होत नाही आणि तीव्रपणे समाजात वापरली जात नाही, तोपर्यंत वित्तीय सर्वसमावेशकतेची कल्पना व्यवहार्य स्वरूपात प्रस्थापित करण्यात कठीण जाते. यासाठी असणारे प्रमुख अडथळे पुढीलप्रमाणे आहेत :

१. साक्षरतेचे प्रमाण कमी असणे; तसेच समाजात कार्यात्मक साक्षरता (Functional Literacy), डिजिटल साक्षरता आणि वित्तीय साक्षरता योग्य प्रकारे प्रस्थापित होत नाही, तोपर्यंत वित्तीय सर्वसमावेशकतेची संकल्पना अस्तित्वात येऊ शकत नाहीत.

२. विविध प्रकारची वित्तीय साधने, सेवा आणि वित्तीय संस्था यांविषयीची माहिती व जाणीव-जागृती असल्याशिवाय वित्तीय सर्वसमावेशकतेची संकल्पना समाजात स्वीकारली जाऊ शकत नाहीत.

३. ज्या समाजामधील विविध उत्पन्न गटांचे उत्पन्न अनियमित स्वरूपाचे आहे आणि बचतीस योग्य अशा प्रकारची उत्पन्नाची क्षमता या वर्गामध्ये नाही, त्या वर्गामध्ये वित्तीय सर्वसमावेशकतेची संकल्पना रूढ करणे कठीण जाते.

४. ज्या समाजात बँकिंग व्यवस्था योग्य प्रकारे प्रस्थापित झाली नसेल, तिथे वित्तीय सेवासुविधा आणि उत्पादने यांविषयीची जाणीव रुजवणे (Awareness regarding Financial Services & Products) आणि त्यांची अंमलबजावणी करणे कठीण जाते.

५. ज्या समाजात विविध प्रकारचे सांस्कृतिक अडथळे आहेत – विशेषत्वाने समाजाचे विविध कारणांनी विभाजन झाले असेल; तसेच समाजात आर्थिक विषयांविषयी अनेक प्रकारचे गैरसमज असतील अथवा समाजात वित्तीय व्यवहार आणि गुंतवणूक यांविषयींचा प्रभाव असेल – त्या समाजात वित्तीय सर्वसमावेशनाची संकल्पना रूढ करणे कठीण जाते.

पुरवठा बाजूचे अडथळे

पुरवठा बाजूचे अडथळे अत्यंत महत्त्वाचे आहेत. कोणत्याही प्रकारच्या आर्थिक संकल्पनांची व्यवहारी अंमलबजावणी करण्यासाठी योग्य यंत्रणा आणि कार्यपद्धती प्रस्थापित करणे आवश्यक असते. समाजात केवळ जाणीव-जागृती करून ही संकल्पना प्रस्थापित करता येत नाही, तर ती जाणीव व्यवहार्य स्वरूपात अमलात आणण्यासाठी योग्य प्रकारची क्रियात्मक यंत्रणा आवश्यक असते. धोरणांमध्ये व्यवहारांची व्यवहार्यता व वैविध्यपूर्ण आखणी आवश्यक असते. विविध प्रकारच्या धोरणांची योग्य प्रकारे आखणी आणि अंमलबजावणी होत नाही, तोपर्यंत वित्तीय सर्वसमावेशकतेसारख्या संकल्पना समाजात योग्य प्रकारे वापरल्या जाऊ शकत नाहीत. यातील अडथळे पुढीलप्रमाणे सांगता येतील :

१. विविध प्रकारच्या वित्तीय सेवा पुरवणाऱ्या संस्था आणि कार्यपद्धती समाजातील सर्व वर्गांना योग्य प्रकारे उपलब्ध होत नाहीत, तोपर्यंत त्यांची मागणी वाढू शकत नाही. परिणामी, त्यांच्या वित्तीय सर्वसमावेशकतेच्या संकल्पनेला मूर्त स्वरूप प्राप्त होऊ शकत नाही.

२. वित्तीय सर्वसमावेशकतेविषयी तसेच वित्तीय जाणीव निर्माण करण्याकरिता शासनाच्या आणि वित्तीय संस्थांच्या प्रयत्नांना व्यवहार्य स्वरूप प्राप्त होत नाही, आणि त्या कल्पना योग्य प्रकारे समाजात रूढ करण्यात या संस्था सक्षम होत नाहीत, तोपर्यंत वित्तीय सर्वसमावेशन संकल्पना समाजात स्वीकारली जाऊ शकत नाहीत.

३. शासनाद्वारे करण्यात आलेले विविध वित्तीय व्यवहारविषयक नियम विवेकपूर्ण आणि लवचिक स्वरूपाचे नसतील तर या नियमांचादेखील वित्तीय सर्वसमावेशकतेच्या अंमलबजावणीत अडथळा निर्माण होतो.

४. 'वित्तीय समावेशन' प्रकारच्या बिझनेस मॉडेल्सची अंमलबजावणी केल्यास समाजातील दुर्बल व आर्थिकदृष्ट्या मागासलेल्या घटकांना अर्थव्यवस्थेच्या मुख्य प्रवाहात समाविष्ट करता येईल. त्यांची रचना योग्य प्रकारे असल्यास वित्तीय सर्वसमावेशन सिद्ध होऊ शकते.

समाजात ज्या वर्गांमध्ये वित्तीय सर्वसमावेशकता रूढ करावयाची आहे, त्यांचे उत्पन्न, वयोगट आणि इतर सांस्कृतिक पार्श्वभूमी यांचाही या संदर्भात विचार करणे आवश्यक आहे.

वित्तीय सर्वसमावेशकता रूढ करताना वित्तीय सेवांसाठी द्यावा लागणारा आकार (charges) किती आहे, वित्तीय सेवा शुल्कमुक्त असतील तर त्यांच्या अंमलबजावणीत असणारे पुरवठा बाजूचे अडथळे कमी करता येतात. हा आकार जास्त असेल तर स्वाभाविकपणे व्यक्ती वित्तीय सेवा स्वीकारण्यास निरुत्साही असते.

टाटा ट्रस्ट आणि वित्तीय सर्वसमावेशकता

अशा विविध अडथळ्यांमुळे वित्तीय सर्वसमावेशकतेची संकल्पना समाजात रूढ होऊ शकत नाही. वित्तीय सर्वसमावेशकतेची प्रक्रिया गतिमान व्हावी, आणि त्या माध्यमातून अर्थव्यवस्थेच्या मुख्य प्रवाहात समाजातील आर्थिकदृष्ट्या दुर्बल वर्गाला समाविष्ट करून घेण्यासाठी टाटा ट्रस्ट या भारतातील प्रसिद्ध स्वयंसेवी संस्थेने अनेक अभिनव व कल्पक उपक्रम राबवले आहेत :

१. भारतातील औपचारिक वित्तीय क्षेत्रात आर्थिक दुर्बल वर्गाला सहभागी होण्याची संधी, सुविधा आणि संपूर्ण व्यवहारात त्याचा लाभ उपलब्ध करून देणारी यंत्रणा स्थापन करण्यावर ट्रस्टचा विशेष भर आहे.

२. ग्रामीण भागात वित्तीय साक्षरता व जाणीव, तसेच बाजारातील क्रिया-प्रक्रियांकडे डोळसपणे पाहण्याची व जागरूकपणे वित्त व्यवहार करण्याची वृत्ती निर्माण करणे ही ट्रस्टची प्रमुख उद्दिष्टे आहेत.

३. याकरिता ग्रामीण भागातील लोकांच्या गरजांनुसार वित्तीय सेवा व साधने तयार करणे, तसेच त्यांची उपलब्धता व लोकप्रियता वाढवणे यावर ट्रस्ट भर देते.

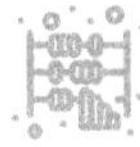

प्रकरण ६

डिजिटल साक्षरता

संगणक हा आधुनिक जीवनाचा अविभाज्य भाग बनला आहे. संगणक आणि इंटरनेट यांच्या साहाय्याने अनेक जीवनावश्यक वस्तू अत्यंत सुलभपणे साध्य करता येतात. संगणक तंत्रज्ञानाचा योग्य आणि कार्यात्मक परिचय झाल्याशिवाय कोणत्याही व्यक्तीला संगणकाचा वापर आणि उपयोग योग्य प्रकारे करता येत नाही. कोणतेही तंत्रज्ञान आणि कार्यपद्धती त्याविषयीची योग्य व परिपूर्ण माहिती असल्याशिवाय वापरता येत नाही.

एखाद्या शास्त्राविषयीची, तंत्राविषयीची आणि तंत्रज्ञानाविषयीची मूलभूत व प्रारंभिक माहिती प्राप्त करणे म्हणजे त्याविषयी साक्षर होणे होय. साक्षरता याचा आपल्या सामाजिक जीवनातील अर्थ म्हणजे लिहिता-वाचता येणे.

संगणक हेदेखील एका विशिष्ट प्रकारच्या तंत्रज्ञानावर आधारित यंत्ररूप आहे. योग्य ती माहिती, ज्ञान व कौशल्य प्राप्त करून संगणकविषयी कौशल्य व जाणीव प्राप्त करता येते. संगणकाला इंटरनेटची जोड देऊन माहिती तंत्रज्ञान (Information Technology) हे एक नवीन शास्त्र निर्माण झाले आहे. हे शास्त्र माहितीसंचाचा (Data) वापर करून कार्य करते. माहिती तंत्रज्ञानामुळे जगात अनेक बदल झाले आहेत :

◆ माहितीची प्राप्ती, माहितीचे संपादन - वितरण व माहितीचा संग्रह या बाबी अत्यंत झपाट्याने करता येतात.

◆ निर्णय घेण्यासाठी, नियंत्रण व्यवस्थापनासाठी त्याचा विशेष उपयोग होतो.

- व्यावसायिक तसेच प्रशासकीय कार्य अत्यंत सुलभपणे करता येतात.
- संदेशवहन संपर्क व संवादाचे कार्य एकाच वेळी एका स्थानावरून, भौगोलिक अंतराची सीमा न ओलांडता पूर्ण करता येते.

म्हणूनच प्रत्येक व्यक्तीला माहिती तंत्रज्ञान व संगणकविषयक साक्षरता प्राप्त करणे अत्यंत आवश्यक आहे. या संगणक व माहिती तंत्रज्ञानविषयक जाणीव, ज्ञान व कौशल्यप्राप्तीसाठी डिजिटल साक्षरतेची अत्यंत आवश्यकता आहे.

डिजिटल साक्षरता – विविध महत्त्वपूर्ण घटक

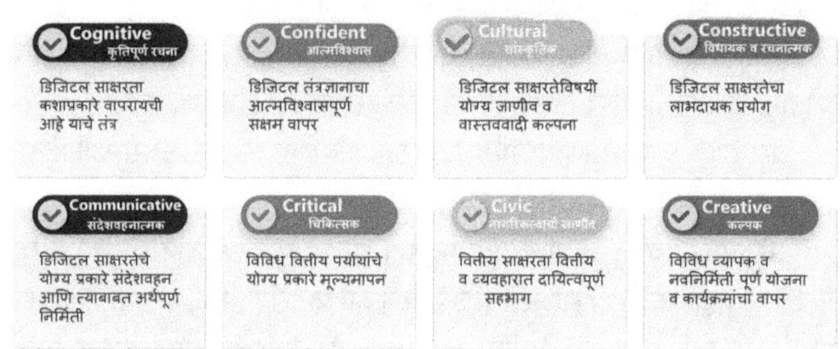

डिजिटल साक्षरता

आज डिजिटल साक्षरता अत्यंत महत्त्वाची झाली आहे. प्रत्येक क्षेत्रात संगणकाचा वाढता वापर आणि नवीन उपयोजन यामुळे डिजिटल साक्षरता असल्याशिवाय व्यक्ती आपल्या क्षेत्रात किंवा इतर कोणत्याही क्षेत्रात यशस्वी होऊ शकत नाही. संगणक, इंटरनेट व संगणकावर आधारित विविध तंत्रांचा व कौशल्याचा परिपूर्ण वापर करण्याची क्षमता विकसित होणे गरजेचे आहे.

- डिजिटल साक्षरता व्यक्तीला संगणकाचा व इंटरनेटचा वापर करून संवाद, संदेश व संपर्क करण्याचे साधन उपलब्ध करून देते.
- डिजिटल साक्षरतेच्या माध्यमातून व्यक्ती आपले वैशिष्ट्यपूर्ण व दैनंदिन जीवनातील विविध कार्य सहजपणे पूर्ण करू शकतो.
- संगणक व संगणक तंत्रज्ञान माहितीच्या माध्यमातून व्यवस्थापन व सामाजिक संदेशवहनाची विविध कार्ये पूर्ण करू शकतो.

व्याख्या

संगणक व माहिती तंत्रज्ञानावर आधारित ज्ञान, कौशल्य व तंत्र यांच्या परिपूर्ण वापर करण्याची जाणीव व कौशल्यनिर्मिती; तसेच एखाद्या व्यक्तीची माहिती तंत्रज्ञानाचा प्रयोग करून विशिष्ट माहिती तयार करण्याची क्षमता म्हणजे डिजिटल साक्षरता होय. माहिती तंत्रज्ञानावर आधारित संगणक आणि इंटरनेटचा योग्य वापर करून माहिती संपादन करणे, त्यावर प्रक्रिया करून संदेशवहन करणे, माहितीसंग्रह व योग्य वापर आणि प्रसार करण्याचे कौशल्य धारण करणे म्हणजे डिजिटल साक्षरता होय.

माहितीचा वापर कसा करावा, माहिती प्राप्त करताना संदेश देताना व संवाद साधताना इंटरनेटचा वापर करणे, हे डिजिटल साक्षरतेचे उदाहरण आहे.

प्रसारण, देवाणघेवाण यासाठी इंटरनेटच्या विशिष्ट वेब पोर्टलवरील माहितीचा वापर करणे डिजिटल साक्षरतेमुळे शक्य होते.

बाजारपेठ, वस्तू सेवाविषयक माहिती, तिचा कल्पक वापर करून खरेदी-विक्रीचे व्यवहार करणे ही साक्षरतेची उदाहरणे आहेत. संशोधक, लेखक, प्राध्यापक आणि इतर विशिष्ट समूह वेगवेगळ्या प्रकारे वेबसाइटचा वापर करून विविध प्रकारची माहिती प्राप्त करतात.

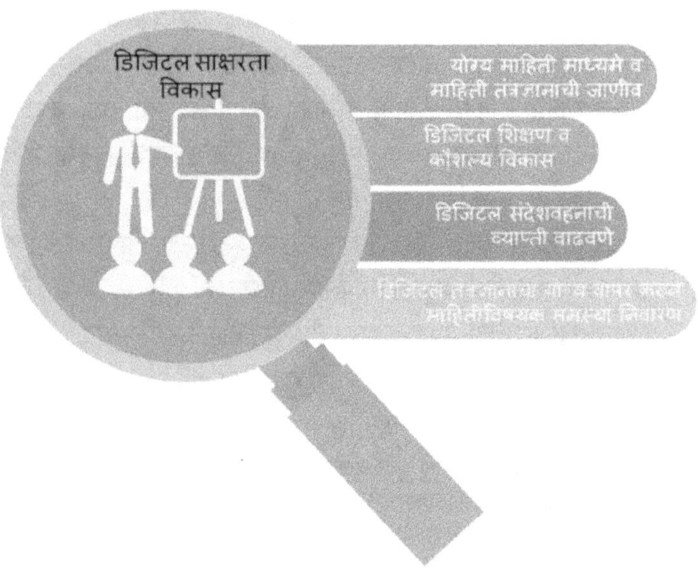

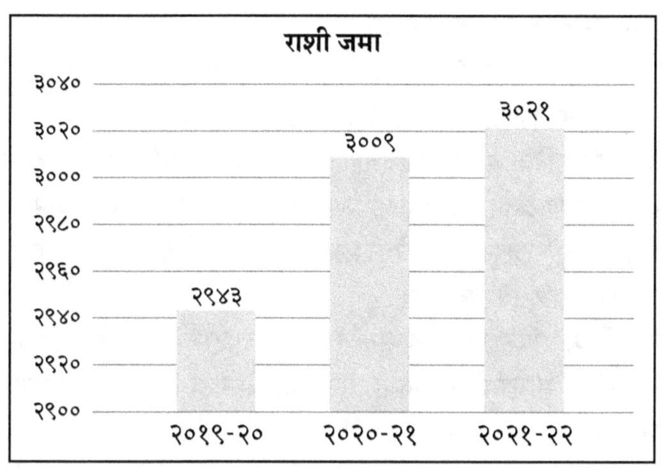

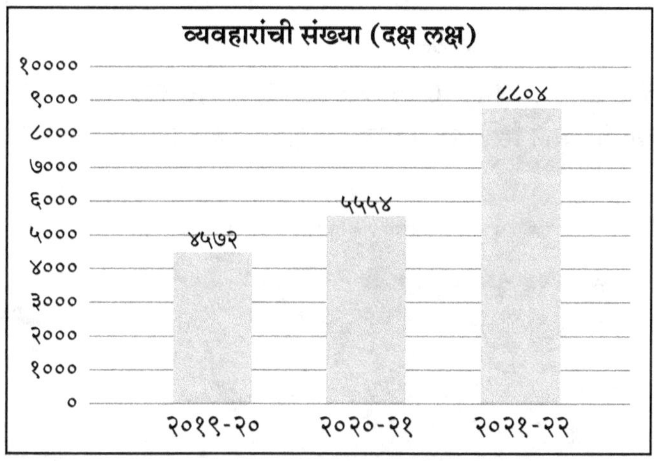

भारतात डिजिटल व्यवहारांची वाढती प्रगती

महत्त्व

डिजिटल साक्षरतेचे अनेकविध लाभ आहेत. डिजिटल साक्षरतेच्या माध्यमातून अनेकविध महत्त्वपूर्ण कार्य साध्य होतात, म्हणून याला आजच्या माहितीयुगात मोठेच महत्त्व प्राप्त झाले आहे. विविध प्रकारचे डिजिटल व्यवहार साध्य करण्यासाठी, सुविधांचा वापर करण्यासाठी डिजिटल साक्षरता आवश्यक आहे विविध प्रकारचे व्यवसाय, व्यापार, वाणिज्य आणि उद्योग यांविषयी व्यवहार करण्यासाठी आजच्या परिस्थितीत डिजिटल साक्षरता व तंत्रज्ञान यांची विशेष उपयोगिता आहे.

डिजिटल बँकिंग व वित्त सेवा

विविध प्रकारच्या वित्तीय बँकिंग तंत्रांचा जलद व सहजपणे, बँकेत प्रत्यक्ष न जाता उपयोग करून घेण्यासाठी डिजिटल साक्षरता आवश्यक आहे.

आज आधुनिक व नवीन तंत्रज्ञानावर आधारित स्मार्टफोन मोबाईलचे सर्वत्र जाळे प्रस्थापित झाले आहे. त्याचा परिपूर्ण व विविध कार्यांसाठी वापर करण्यासाठी, तसेच विविध ऑनलाइन पद्धतीने उपलब्ध होणाऱ्या सेवांचा वापर करण्यासाठी डिजिटल साक्षरता आवश्यक आहे.

सामाजिक संदेशवहन माध्यमांचा वापर व्हॉट्सअॅप, टेलिग्राम यांसारख्या सामाजिक संदेश माध्यमांचा प्रभावी वापर करण्यासाठी डिजिटल साक्षरता नितांत आवश्यक आहे.

विविध प्रकारच्या वेबसाइटचा कल्पक व परिपूर्ण वापर करण्यासाठी डिजिटल साक्षरतेचा उपयोग करण्यात येतो.

वेगवेगळ्या माध्यमांचा काळजीपूर्वक व सुरक्षित वापर करण्यासाठी सुरक्षाप्रणालीचे ज्ञान डिजिटल साक्षरतेतूनच प्राप्त होऊ शकते.

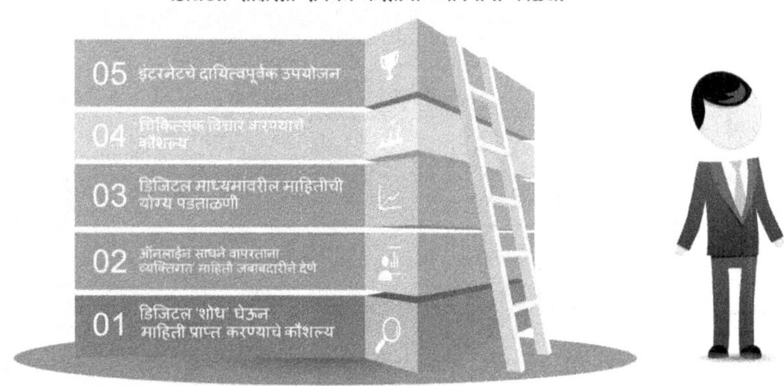

डिजिटल साक्षरतेचे लाभ

डिजिटल साक्षरतेची संकल्पना आज सर्वपरिचित होत आहे. या संकल्पनेचे काही महत्त्वपूर्ण शब्द समाजातील सर्वच घटकांना माहीत असणे आवश्यक आहे. ते पुढीलप्रमाणे :

- डिजिटल साक्षरतेमुळे विविध प्रकारचे ज्ञान व माहिती संपादन करता येते. डिजिटल माहिती संपादन, संग्रह सहजपणे करता येतो.
- संदेशवहनातील भौगोलिक अंतराची मर्यादा कायम दूर होते.
- एकाच वेळी अनेकांशी किंवा एकाच विशिष्ट व्यक्तीशी, संस्थांशी सहजपणे संपर्क साधता येतो. संस्थादेखील एकाच वेळी अनेकांशी संवाद साधू शकतात. माहिती प्रसारणात जलदता आणता येते.
- कल्पक व नावीन्यपूर्ण तंत्रांचा वापर करून विविध प्रकारे माहितीचे सादरीकरण व संकलन करता येते.
- विविध सामाजिक संदेशवहनाचे तंत्रांच्या आवश्यकतेनुसार कल्पकतेने वापर करता येतो.
- पैसा आणि वेळेची बचत करून विविध संगणकावर आधारित कार्ये करता येतात.
- सुरक्षित व अत्यंत व्यक्तिगत स्तरावर व्यवहार करता येतात.
- अनेक प्रकारच्या सेवा ऑनलाइन पद्धतीने प्रभावीपणे प्राप्त करता येतात, त्यांचा वापरही करता येतो.

Direct Benefit Transfer आणि
भारतातील वित्तीय क्रांती

भारतात झालेल्या डिजिटल क्रांतीचा एक महत्त्वपूर्ण व लक्षणीय परिणाम आज आपल्याला Direct Benefit Transfer योजनेच्या माध्यमातून दिसून येत आहे. शासकीय योजनांचे लाभ, सबसिडी, अनुदान, शासकीय मदत या सर्व गोष्टी प्राप्त करताना नागरिकांना अनेक अडचणींना व आव्हानांना तोंड द्यावे लागते. भ्रष्टाचार व लाल फितीचा कारभार यांमुळे शासनाची 'भीक नको पण कुत्रं आवर' या प्रकारात शासकीय मदत समाविष्ट होत असे. परिणामतः विद्यार्थ्यांना मिळणारी शिष्यवृत्ती, वृद्धांना प्राप्त होणारे अनुदान, ग्रामस्थांना प्राप्त होणारी विविध प्रकारची शासकीय मदत या सर्वच गोष्टींबद्दल अनेक दंतकथा ऐकू येत असत.

परंतु आज भारतात Direct Benefit Transferच्या माध्यमातून एकाच वेळी विविध भौगोलिक भागांत विखुरलेल्या लक्षावधी नागरिकांना विनासायास त्यांची हक्काची राशी सहजपणे व निश्चित वेळी, खात्रीने प्राप्त होते. त्यात कोणतीही गळती नाही ; त्यात कोणताही भ्रष्टाचार, लाचलुचपत, शोषण नाही. या अभूतपूर्व यशामुळे Direct Benefit Transfer आज भारताच्या सुशासनाचा एक महत्त्वाचा मानबिंदू झाला आहे.

प्रकरण ७

वित्तीय सर्वसमावेशकता आणि तंत्रज्ञान

वित्तीय सर्वसमावेशकतेची संकल्पना समाजात रूढ करावयाची असेल तर तंत्रज्ञानाचा अधिक प्रभावीपणे वापर करणे आवश्यक आहे. कारण तंत्रज्ञान हे कोणत्याही संकल्पनेला व्यवहार्य रूप देण्यात अत्यंत सक्षम व समर्थ कामगिरी बजावू शकते. तंत्रज्ञानाच्या वाढत्या प्रसारामुळे अनेक संकल्पना समाजातील विविध वर्गांपर्यंत सहजासहजी प्रसारित करता येतात. त्या संकल्पनांच्या अंमलबजावणीसाठी त्या वर्गांचा सहभाग वाढवता येतो, आणि त्या सहकार्यातूनच या संकल्पना अधिक योग्य प्रकारे समाजात रूढ करता येतात.

तंत्रज्ञान एखाद्या यंत्रणेला सर्वसमावेशक व सर्वव्यापक करण्यात समर्थ असते; त्याबरोबरच तंत्रज्ञानामुळे संकल्पनेच्या अंमलबजावणीसाठी येणारा खर्चही कमी करता येतो. आधुनिक जगामध्ये तंत्रज्ञानाची ही भूमिका आता सर्वमान्य झाली आहे, तसेच तंत्रज्ञानाच्या माध्यमातून अनेक संकल्पनांना अधिक योग्य व प्रभावी मूर्त रूप देणे शक्य झाले आहे.

वित्तीय सर्वसमावेशकतेला समाजाच्या सर्व स्तरांवर पोहोचवायचे असेल, समाजातील आर्थिकदृष्ट्या दुर्बल व कमकुवत घटकांचा आर्थिक प्रक्रियांमध्ये सहभाग वाढवायचा असेल, तर त्यांना या सेवा सुविधा प्रभावीपणे सहज कशा वापरता येतील, त्याविषयीची जाणीव निर्माण करून देणे; कार्यपद्धतींची माहिती देणे आणि त्यासाठी योग्य कार्यपद्धती उपलब्ध करून देणे आवश्यक आहे. तंत्रज्ञानामुळे या तिन्ही बाबी शक्य झाल्या आहेत. विशेषतः माहिती तंत्रज्ञानामुळे

वित्तीय सर्वसमावेशकतेची संकल्पना समाजात अधिकच योग्य प्रकारे आणि अत्यंत अल्पावधीत प्रभावीपणे रूढ करता आल्याचे आपल्या लक्षात येईल.

माहिती तंत्रज्ञान आणि आधुनिक वित्तीय व्यवहार

माहिती तंत्रज्ञान आधुनिक वित्तीय व्यवहारांना अधिक पारदर्शक, जलद व कार्यक्षम करण्यात यशस्वी झाले आहे. कोणे एकेकाळी वित्तीय व्यवहार करताना व्यक्तीला त्या संस्थेमध्ये प्रत्यक्ष हजर राहावे लागत असे. शिवाय, हे सर्व व्यवहार व्यक्तिगत स्तरावर करावे लागत होते. परंतु आज आधुनिक तंत्रज्ञानाच्या– विशेषत: माहिती

तंत्रज्ञानाच्या– वापरामुळे व्यक्ती व्यक्तीला कोणत्याही वित्तीय संस्थेला भेट न देता अथवा प्रत्यक्ष व्यवहार करण्यासाठी हजर न राहतादेखील हे व्यवहार करता येतात. एक प्रकारे भौगोलिक अंतर आणि व्यक्तिगत उपस्थिती या दोन्ही घटकांची आधुनिक तंत्रज्ञानामुळे वित्तीय व्यवहारातील आवश्यकता कमी केलेली आहे.

कोणे एकेकाळी बँक हा व्यवहारांचा केंद्रबिंदू होता आणि सर्व प्रकारचे ग्राहक, कर्जदार आणि खातेदार हे बँकेभोवती फिरणारे उपग्रह होते. परंतु आधुनिक वित्तीय व्यवस्थेत माहिती तंत्रज्ञानाचा वापर झाल्यामुळे ग्राहक हाच वित्तीय व्यवस्थेचा केंद्रबिंदू झाला असून वित्तीय संस्था ग्राहकाभोवती भ्रमण करत असल्याचे आज दिसून येत आहे. एक प्रकारे ही वित्तीय क्षेत्रातील महत्त्वाची क्रांतीच म्हणता येईल. त्यामुळे व्यक्तीला वित्तीय स्वातंत्र्य आणि वित्तीय अधिकार यांचा अपेक्षेनुसार वापर करता येणे शक्य झाले आहे.

आज अधिकोषण बँकिंग व्यवहार २४ × ७ या तत्त्वाने सातत्याने करता येतात. त्याकरिता कोणताही भौगोलिक अथवा भौतिक अडथळा मध्ये येत नाही, ही अत्यंत महत्त्वाची बाब आहे. याचा स्वाभाविक परिणाम वित्तीय व्यवहारांमध्ये अधिक जलदता, कार्यक्षमता व पारदर्शकता आणण्यात झाला आहे. सुरक्षिततेबरोबरच वित्तीय व्यवहारांचे स्वातंत्र्य या गोष्टी व्यक्तीला साध्य करता आल्या आहेत. कोणतीही संस्था बँक, विमा अथवा इतर वित्तीय संस्थांशी व्यवहार करताना वेळकाळाचे बंधन न पाळता २४ × ७ या सूत्रानुसार सातत्यपूर्ण आणि नियमित व्यवहार करू शकतात. परिणामी, वित्तीय व्यवहारांमध्ये असणारे अनेक अडथळे दूर करणे आता शक्य झाले आहे. हा तंत्रज्ञानाचा वित्तीय व्यवहार सुलभ करण्यात असणारा एक महत्त्वाचा लाभ आहे.

माहिती तंत्रज्ञान आणि बँकिंग

आधुनिक बँकिंगत माहिती तंत्रज्ञानाला विशेष महत्त्व प्राप्त झाले आहे. कोणे एकेकाळी बँक ही एक भौगोलिक संस्था होती आणि तिचे स्थान एका विशिष्ट भौगोलिक स्थानी केंद्रित होते. परंतु आज बँकिंगचीही संकल्पनाच मुळात पूर्णपणे बदलली आहे. बँक ही संस्था आता भौतिक स्वरूपातच केवळ कार्य करत नाही, तर ती सायबर विश्वातदेखील कार्य करते. याचा अर्थ असा की, बँकिंगला भौतिक व भौगोलिक मर्यादा राहिलेल्या नाहीत, त्यामुळे व्यक्तीला अथवा संस्थांना आपले वित्तीय व्यवहार करण्यासाठी बँक व विमा या संस्थांचे व्यवहार करताना वेळेचे बंधन पाळणे आवश्यक राहिलेले नाही.

दुसरा महत्त्वाचा लाभ म्हणजे, या सेवा व्यक्तीला त्याच्या गरजेनुसार हव्या तेव्हा, हव्या त्या स्वरूपात आज उपलब्ध होऊ शकतात. याचा परिणाम असा की, वित्तीय व्यवहारात अधिक सुलभता, जलदता व लवचीकपणा प्रस्थापित झाला आहे.

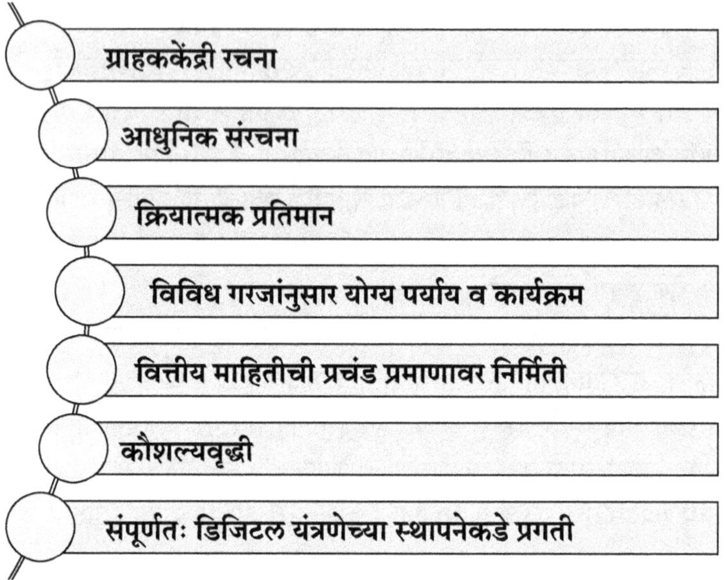

भारतातील वित्त व्यवस्थेत डिजिटल क्रांतीचा प्रभाव

आधुनिक बँकेचे स्वरूप

आधुनिक बँक ही आता एक भौतिक स्वरूपाची संस्था राहिलेली नाही, तर माहिती तंत्रज्ञानामुळे तिचे स्वरूप पूर्णतः बदलले आहे. आता आधुनिक बँक हा एक प्रकारे तंत्रज्ञानाने प्रवाहित केलेली वित्तीय संस्था झाली आहे. परिणामतः विविध प्रकारचे वित्तीय आणि बँकिंगविषयक व्यवहार करण्यासाठी बँकेत प्रत्यक्ष हजर राहणे आणि त्यातून बँकिंगविषयक व्यवहार करणे आवश्यक नाही.

याउलट, बँकेशी संबंधित अनेक व्यवहार संगणक, संदेशवहन आणि सायबर तंत्रज्ञान यांच्या माध्यमातून व्यक्ती सहजपणे पूर्ण करू शकतो. याची सर्वसामान्य उपयुक्तता म्हणजे, बँकिंग व्यवहारात अधिक पारदर्शकता, लवचीकपणा व जलदता आली आहेच; त्याबरोबरच सुलभतादेखील वाढलेली आहे. व्यक्तीला वित्तीय व्यवहार करण्याचे व्यापक स्वातंत्र्य प्राप्त झाले आहे. बँकेतील विविध वित्तीय व्यवहार करण्यासाठी आज अनेक प्रकारच्या माहिती तंत्रज्ञानावर आधारित सुविधांचा आपण वापर करत आहोत. त्यापैकी काही तंत्रज्ञानांचा उल्लेख येथे करणे आवश्यक आहे.

तंत्रज्ञानामुळे या विविध प्रकारच्या साधनांचा वापर करून वित्तीय व्यवहार करता येतात. त्यातील काही ठळक सुविधांचा उल्लेख करणे येथे योग्य होईल.

१. **नॅशनल इलेक्ट्रॉनिक फंड ट्रान्सफर यंत्रणा (NEFT)**

ही यंत्रणा रिझर्व बँकेने २००५च्या नोव्हेंबर महिन्यात सुरू केली आहे. त्यामुळे राष्ट्रीय स्तरावर कोणत्याही व्यक्तीला एका स्थानावरून दुसऱ्या ठिकाणी पैसे स्थानांतरित करता येतात. एका बँकेतून दुसऱ्या बँकेत अथवा एखाद्या बँकेच्या दुसऱ्या शाखेत पैसे स्थानांतरित करणे सहज शक्य झाले आहे.

या सुविधेची दुसरी महत्त्वाची बाब म्हणजे, अशा प्रकारे पैशाचे स्थानांतरण करण्यासाठी अत्यंत कमी वेळ लागतो, त्यासाठी असणारा खर्चदेखील अत्यल्प आहे. परिणामतः एक प्रकारे इलेक्ट्रॉनिक पेमेंट यंत्रणेला चालना मिळाली आहे.

२. **ऑटोमॅटिक टेलर मशीन (ATM)**

ही यंत्रणा आज भारतात सर्वदूर वापरात आली आहे आणि अत्यंत लोकप्रियसुद्धा आहे. एटीएम यंत्रणेमुळे व्यक्तीला बँकेत प्रत्यक्ष न जाता विविध प्रकारचे वित्तीय आणि बँकिंगविषयक व्यवहार करता येतात. पैसे काढणे, पैसे जमा करणे, याबरोबरच एका व्यक्तीने दुसऱ्या व्यक्तीला पैसे हस्तांतरण करण्यासाठी विशिष्ट प्रकारच्या आदेशांचा वापर करून पैशांचे हस्तांतरण करणे शक्य झाले आहे. एटीएम ही एक प्रकारे व्यक्तीच्या सोयीसाठी असणारी सर्वांत उत्तम अशी बँकिंग यंत्रणा आहेत. आज भारतात एटीएम ही सर्वाधिक लोकप्रिय अशी बँकिंगविषयी व्यवहार करणारी यंत्रणा म्हणून मान्यताप्राप्त झाली आहेत.

३. **क्रेडिट कार्ड्स**

क्रेडिट कार्ड ही सुविधा खरे पाहिले तर अनेक वर्षांपासून चलनात आहे. परंतु संगणक तंत्रज्ञानामुळे या सुविधेचा विस्तार अधिक व्यापक स्वरूपात झाला आहे. कोणतीही व्यक्ती एखाद्या विशिष्ट बँकेचे अथवा वित्तीय संस्थेचे क्रेडिट कार्ड वापरून आपले विविध प्रकारचे आर्थिक व्यवहार पूर्ण करू शकते, कर्ज घेऊ शकते अथवा उधार खरेदी करू शकते; आणि आवश्यकतेनुसार या सर्व खर्चाचे शोधन (Payments) तो आपल्या बँकेतून करू शकतो. एक प्रकारे

व्यक्तीला उपलब्ध झालेली ही अत्यंत स्वस्त व प्रभावी अशी ऋण सुविधा आहे. क्रेडिट कार्डचा वापर भारतात सातत्याने वाढत असून त्या माध्यमातून विविध प्रकारचे वित्तीय व्यवहार करणे व्यक्तीला, संस्थांना शक्य झाले आहे.

४. **उपग्रहावर आधारित बँकिंग**

उपग्रहावर आधारित बँकिंग म्हणजेच सॅटेलाइट बँकिंगची सुविधा हा खऱ्या अर्थाने बँकिंगला तंत्रज्ञानाची जोड देणारा एक कृतिकारक असा बदल आहे, असे म्हटले पाहिजे. यामुळे विविध प्रकारच्या बँकेंच्या दूरस्थ शाखांना एकमेकांशी सहजपणे जोडले जाते. परिणामतः बँकेचे विविध प्रकारचे व्यवहार सहजपणे, अल्पावधीत आणि जलदगतीने करता येतात. एका बँकेतून दुसऱ्या बँकेत (from one bank to another bank) पैशांचे स्थानांतरण, वित्तीय माहितीचे हस्तांतरण, तसेच विविध प्रकारच्या वित्तीय सेवांचा पुरवठा करणे शक्य झाले आहे. यासाठी अत्यंत अल्प वेळ लागतो, तसेच खर्चाचे प्रमाणही कमी असल्याने ही एक अत्यंत प्रभावी सुविधा असल्याचे मानले जाते.

५. वित्तीय सर्वसमावेशकता ही कल्पना अधिक प्रभावीपणे वापरली जावी, याकरिता अनेक प्रकारच्या वित्तीय तंत्रज्ञानाचा (Financial Technology) आज वापर केला जात आहे. त्या माध्यमातून विविध प्रकारच्या वित्तीय सेवा, बँकिंगविषयक सेवा आणि आर्थिक व्यवहारविषयक जाणीव करून देणे व माहिती घेणे शासनाला शक्य झाले आहे. समाजातील आर्थिकदृष्ट्या दुर्बल आणि कमकुवत घटकांना विविध प्रकारच्या आर्थिक सेवा व त्याचा लाभ मिळवून देणे शक्य झाले आहे. त्यातून अर्थव्यवस्थेच्या मुख्य प्रवाहात या वर्गाचा समावेश वाढवता आला आहे. बचतीला आणि गुंतवणुकीला चालना देणे, तसेच भांडवलाची कार्यक्षमता व गतिशीलता वाढवणेदेखील शक्य झाले आहे.

तंत्रज्ञान वापरणाऱ्या वित्तीय सर्वसमावेशकतेविषयक सुविधा

१.   प्रधानमंत्री जनधन योजना २०१४

ही संकल्पना राष्ट्रीय वित्तीय साक्षरता व सर्वसमावेशकता मिशन या धोरणांतर्गत राबवण्यात आली आहे. त्या अनुषंगाने विविध प्रकारच्या वित्तीय सेवा, बँकिंगविषयक सेवा, आर्थिकदृष्ट्या अल्प उत्पन्न असणाऱ्या आणि दुर्बल घटकांना उपलब्ध करून दिल्या जात आहे.

२.   आपला ग्राहक जाणून घ्या (KYC)

यासाठी इलेक्ट्रॉनिक तंत्रज्ञानाचा वापर करण्यात येत आहे. याला KYC (Know Your Customer) असे म्हणतात. ग्राहकाविषयीच्या आर्थिक व वित्तीय पार्श्वभूमीची माहिती प्राप्त करणे, त्यामधून ग्राहकाची आर्थिक पार्श्वभूमी, वित्तीय व्यवहारांची माहिती, तसेच त्याची आर्थिक सक्षमता यांविषयीची माहिती प्राप्त करता येते. ग्राहकाने अथवा एखाद्या व्यक्तीने यापूर्वी कर्ज घेतले आहे का? कर्जाची परतफेड योग्य प्रकारे केली आहे का? कर्जाची परतफेड करण्यात कुचराई केली आहे का? याविषयीची सर्व माहिती प्राप्त करता येते. व्यक्तीचे एकंदरीतच व्यक्तिमत्त्व, आर्थिक-वित्तीय पार्श्वभूमी यांविषयीची माहिती सहजपणे संकलित करता येते. त्यामुळे बँकेला अधिक सुरक्षितपणे वित्तीय व्यवहार करता येतात.

३.   मोबाईल बँकिंग

ही अत्यंत महत्त्वाची सुविधा आहे. या माध्यमातून बँकिंग व्यवहारात मोठी क्रांती घडून आली आहे. मोबाईल फोनचा वापर करून विविध प्रकारचे आर्थिक-वित्तीय व्यवहार व्यक्तीला करता येतात. बँकिंग व विमा, तसेच विविध वित्तीय संस्थांविषयीचे व्यवहार करता येतात. शेअर बाजारातील व्यवहार, परस्पर निधीची खरेदी, बँकेत पैसे जमा करणे अथवा काढणे, याबरोबरच बँकेतील विविध प्रकारच्या वित्तीय व्यवहारांची सूचना देणे, अशा सर्व सुविधा मोबाईल बँकेच्या माध्यमातून व्यक्तींना सहजपणे प्राप्त झाल्या आहेत. स्मार्टफोनचा वापर करून व्यक्ती या सुविधांचा उपभोग घेऊ शकतो; तसेच विविध प्रकारच्या आर्थिक-वित्तीय सूचना प्राप्त करू शकतो. त्या माध्यमातून आपल्या वित्तीय व्यवहारांना योग्य प्रकारे संचालित करू शकतो.

४.   तत्काळ शोधन योजना (Immediate Payment System)

ही योजना भारत सरकारने २०१०मध्ये सुरू केली असून त्या माध्यमातून विविध प्रकारचे वित्त आणि बँकिंगविषयक व्यवहार सातत्याने इलेक्ट्रॉनिक बँकिंगच्या माध्यमातून ग्राहकाला पूर्ण करता येतात. याद्वारे दोन बँकेतील व्यवहारदेखील ग्राहकाला पूर्ण करता येतात; तसेच बँकदेखील आपल्या विविध प्रकारच्या आर्थिक व्यवहारांसाठी या यंत्रणेचा वापर करू शकतात. त्यामुळे आर्थिक व्यवहारात जलदता आली आहे; आर्थिक व्यवहारांची कार्यक्षमता वाढली आहे; वित्तीय व आर्थिक व्यवहारात अधिक सुलभता व पारदर्शकता आली आहे; तसेच यांची नोंदणी व अभिलेखन करणेदेखील सहज शक्य झाले आहे.

५.   सूक्ष्म ऑटोमॅटिक टेलर मशीन (Micro ATM)

ही कल्पना अत्यंत महत्त्वाची आहे. ग्रामीण भागात जेथे आर्थिक व्यवहारांची मात्रा अल्प स्वरूपाची आहे; व्यक्ती मोठ्या प्रमाणात आर्थिक व्यवहार करत नाही, परंतु त्याला तत्काळ निधी जमा करावयाचा आहे, पैसे काढायचे आहेत; त्यासाठी मायक्रो अर्थात सूक्ष्म एटीएमची सुविधा उपलब्ध करून देण्यात आली आहे. ही सुविधा प्रत्यक्ष बँकेद्वारेच उपलब्ध करून दिली जात नाही, तर बँकेच्या सौजन्याने इतर संस्थांच्या माध्यमातूनदेखील करून दिली जाते. परिणामी, ग्रामीण भागात जिथे बँकांचे जाळे अद्यापही पूर्ण स्वरूपात प्रस्थापित झाले नाही अथवा दुर्गम भागात किंवा शहरापासून दूर असणाऱ्या अथवा मुख्य बाजारपेठेपासून दूर असणाऱ्या ठिकाणीदेखील ही सुविधा उपलब्ध करून दिली आहे. त्यामुळे आर्थिक व्यवहारांना गती प्राप्त झाली आहे. विविध प्रकारचे वित्तीय व्यवहार करण्यासाठी सुविधा सहज प्राप्त झाल्यामुळे, आर्थिक व वित्तीय व्यवहारांना योग्य प्रकारे पूर्ण करणे सर्वसामान्य व्यक्तीला सहज शक्य झाले आहे.

६.   नॅशनल युनिफाइड प्लॅटफॉर्म (USSD)

ही सुविधा अत्यंत महत्त्वाची आहे. विशेषत: ज्या व्यक्ती स्मार्टफोन वापरत नाहीत, अशांना आर्थिक, वित्तीय आणि बँकिंगविषयक व्यवहार करण्यासाठी ही यंत्रणा विशेषत्वाने उपयुक्त आहे. या पद्धतीमुळे व्यक्ती बँकिंगविषयक व्यवहार साध्या मोबाईलच्या माध्यमातून करू शकते. त्यासाठी इंटरनेटची आवश्यकता नाही. एक प्रकारे ज्या भागांमध्ये इंटरनेटची सुविधा प्रभावीपणे कार्य करत नाही, तिथे ही यंत्रणा अधिक कार्यक्षम व उपयुक्त सिद्ध झाली आहे.

७. रूपे डेबिट कार्ड (Rupay)

रूपे डेबिट कार्ड ही सुविधा भारतीय NPCI - National Payments Corporation of India या संस्थेने सुरू केली आहे. या सुविधेचा महत्त्वाचा लाभ म्हणजे, व्यक्तीला विविध प्रकारचे दैनंदिन आर्थिक व वित्तीय व्यवहार करण्यासाठी डेबिट कार्डचा वापर करता येतो. त्या माध्यमातून विविध प्रकारच्या खर्चाचे शोधन करता येते, विविध प्रकारच्या आर्थिक वित्तीय व्यवहारांना सहजपणे पूर्ण करता येते, तसेच पैसे प्राप्त करता येतात. व्यक्तीच्या विशिष्ट आर्थिक गरजा लक्षात घेऊन कमीत कमी खर्चात आणि सहजपणे ही सुविधा उपलब्ध करता येते. त्यामुळे विविध प्रकारच्या आर्थिक व्यवहारांना गती मिळते; आपल्या आर्थिक व्यवहारांची माहिती सुरक्षित ठेवता येते; तसेच त्याचे आवश्यक प्रकारे अभिलेखनही करता येते; आणि विविध प्रकारच्या इलेक्ट्रॉनिक वित्तीय सुविधा व उत्पादने व्यक्तीला वापरता येतात.

८. आधार कार्डवर आधारित शोधन व्यवस्था

आधार कार्ड ही आज भारतातील एक महत्त्वाची नागरिकत्व प्रस्थापित करणारी यंत्रणा आहे. त्याबरोबरच आधार कार्डचा उपयोग विविध प्रकारचे आर्थिक-वित्तीय व्यवहार करण्याकरिता एक सुविधा म्हणूनदेखील आज करण्यात येतो. व्यक्तीची ओळख, त्याच्या नागरिकत्वाची, त्याबरोबरच त्याच्या कार्यस्थळाची माहिती, त्याचा पत्ता आणि त्याचे एकंदरीत स्वरूप लक्षात घेण्यासाठी आधार कार्ड हा एक महत्त्वाचा पुरावा म्हणूनदेखील आज मान्य करण्यात आला आहे.

याच आधार कार्डचा वापर वित्तीय सेवांच्या पुरवठ्यासाठी आणि वापरांसाठीदेखील करण्यात येतो. आधार कार्डला विविध प्रकारच्या वित्तीय उत्पादनांशी जोडण्यात आले आहे. त्या माध्यमातून व्यक्ती आपल्या बँकेतील एकंदरीतच व्यवहारांची माहिती प्राप्त करू शकतो, रोख पैसे काढू शकतो, बँकेत किती पैसे जमा झाले हे जाणून घेऊ शकतो, आणि वित्तीय माहितीदेखील संकलित करू शकतो. मात्र यासाठी आधार कार्ड बँकेशी जोडणे आवश्यक आहे.

UPI आणि भारतातील वित्तीय सर्वसमावेशकतेच्या क्षेत्रात झालेले बदल

विजय शेखर शर्मा या एका व्यक्तीने भारताच्या वित्तीय सर्वसमावेशकतेच्या क्षेत्रात मोठा बदल घडून आणला. 'भैया, पेटीएम कर देना' हे वाक्य आज सर्वपरिचित आहे. परंतु त्याचे जनकत्व शर्मा यांच्याकडे जाते.

खरेतर भारतात डिजिटल पेमेंटची यंत्रणा उशिरा सुरू झाली. जागतिक डिजिटल बँकिंगच्या क्षेत्रात भारताने प्रवेश केला; परंतु ज्या गतीने व ज्या झपाट्याने डिजिटल शोधन व बँकिंग प्रणालीचा प्रसार, प्रचार व स्वीकार झाला, ते केवळ अभूतपूर्व आहे!

अमेरिकन पे-पाल ही डिजिटल शोधन यंत्रणा २००८मध्ये सुरू झाली. चीनमध्येदेखील त्याच वर्षी तिची सुरुवात झाली.

भारतात मात्र या यंत्रणेला खरी चालना २०१६मध्ये प्रधानमंत्री नरेंद्र मोदींच्या पुढाकाराने प्राप्त झाली. भारताने UPI (Unified Payment Interface) ही यंत्रणा सुरू केली. NPCIच्या माध्यमातून व्यक्ती ते व्यक्ती (Person to Person) आणि व्यक्ती ते व्यापारी (Person to Merchant) वित्तीय व्यवहार मोठ्या प्रमाणात केले जाऊ लागले. नंतर तिचा अत्यंत वेगाने स्वीकार झाला आणि सर्वच प्रकारच्या वित्तीय क्षेत्रात UPIचा प्रवेश झाला. आज भारत डिजिटल पेमेंट सिस्टीमच्या क्षेत्रात अग्रेसर आहे.

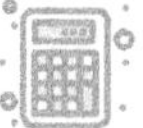

प्रकरण ८

प्रधानमंत्री जनधन योजना

आर्थिक सर्वसमावेशकतेच्या कल्पना व्यवहारात आणण्यासाठी सर्वांत महत्त्वाची बाब म्हणजे, समाजातील तळागाळातल्या वर्गाला, आर्थिकदृष्ट्या दुर्बल घटकांना, उपेक्षित व दुर्गम भागात राहणाऱ्या वर्गांना, अर्थव्यवस्थेच्या मुख्य प्रवाहात सामील करून घेणे. त्यासाठी त्याला बँकिंग, विमा आणि इतर वित्तीय सुविधा सुलभपणे प्राप्त होतील आणि ती संधी त्याला विनायास प्राप्त होईल, ही अत्यंत महत्त्वाची बाब आहे. जोपर्यंत या वर्गाला बँकिंगच्या सेवा सहजपणे प्राप्त होऊ शकत नाहीत, तोपर्यंत तो बचत आणि गुंतवणूक यासाठी औपचारिक बँकिंग माध्यमांचा वापर करू शकत नाही. जोपर्यंत असा वर्ग विमा संरक्षणापासून वंचित राहतो आणि विविध प्रकारच्या वित्तीय सेवा घेण्यापासून दुरावलेला असतो, तोपर्यंत त्याला मुख्य आर्थिक प्रवाहात समाविष्ट होण्याची संधी मिळत नाही. या सर्व गोष्टी लक्षात घेता, समाजातील दुर्बल घटकांना अर्थव्यवस्थेच्या मुख्य प्रवाहात सामील करून घेण्यासाठी त्यांना बँकिंग सुविधा सुलभपणे प्राप्त करून देणे, ही अत्यंत महत्त्वाची पूर्व अट आहे.

सर्वसामान्यतः ज्या वर्गापाशी अल्पबचत आहे अथवा जो वर्ग नियमित बचत करण्यास असमर्थ आहे, अशांना बँकिंगविषयक सेवा देण्यास बँक फारसे उत्सुक नसतात. कारण अशा सेवा पुरवण्याचा खर्च जास्त असल्याने त्यातून बँकेला अपेक्षित लाभही मिळत नाही. सामान्यपणे एखाद्या सर्वसामान्य आर्थिकदृष्ट्या दुर्बल व्यक्तीला बँकिंगची सुविधा उपलब्ध करून देण्यासाठी जेवढा खर्च येतो, त्या

तुलनेत प्राप्त होणारा नफा अत्यल्प असतो. तसेच, या वर्गाची कर्ज घेण्याची आणि कर्जफेड करण्याची क्षमतादेखील मर्यादित असते, त्यामुळे त्यांना कर्ज देणे, त्यातून अपेक्षित व्यवसायाचा विकास करणे बँकेला फारसे रुचत नाही.

या परिस्थितीवर मात करण्यासाठी समाजातील दुर्बल आणि आर्थिकदृष्ट्या मागासलेल्या घटकांना, दुर्गम भागात राहणाऱ्या आदिवासी समाजाला अर्थव्यवस्थेच्या मुख्य प्रवाहात आणण्यासाठी, आर्थिकदृष्ट्या संपन्न नसणाऱ्या वर्गांना विविध प्रकारच्या आर्थिक सेवा उपलब्ध करून देण्यासाठी पर्यायी मार्गांचा उपयोग करणे अत्यंत आवश्यक आहे. तो मार्ग म्हणजे, अशा वर्गाला विनामूल्य आणि कमीत कमी रकमेत बँकिंग खाते उपलब्ध करून देणे हा आहे.

साधारणपणे शून्य बचत असणारे खाते ही कल्पना व्यापारी बँकांना फारशी रुचणारी नाही. परंतु अशा प्रकारची सेवा उपलब्ध करून दिल्याशिवाय हा अर्थव्यवस्थेपासून दूरस्थ वर्ग अर्थव्यवस्थेच्या मुख्य प्रवाहात समाविष्ट होऊ शकत नाही, ही बाब लक्षात घेतली पाहिजे. जोपर्यंत हा वर्ग अर्थव्यवस्थेच्या मुख्य प्रवाहात सहभागी होत नाही, तोपर्यंत अर्थव्यवस्थेचा सर्वांगीण विकास होण्याची कल्पना केवळ सैद्धान्तिक स्वरूपाची राहते; तसेच सर्वसमावेशक आर्थिक विकासाच्या कल्पनेलाही मूर्त रूप देता येत नाही. या सर्व बाबी लक्षात घेऊन गेल्या काही वर्षांपासून भारतात आर्थिक सर्वसमावेशकतेच्या कल्पनेला मूर्त रूप देण्यासाठी अत्यल्प रकमेचे खाते किंवा शून्य रकमेचे खाते उघडण्यावर भर देण्यात येत आहे. या योजनेला अधिक व्यवहार्य, वास्तववादी स्वरूप देण्यासाठीच प्रधानमंत्री जनधन योजनेची २०१४मध्ये सुरुवात करण्यात आली आहे.

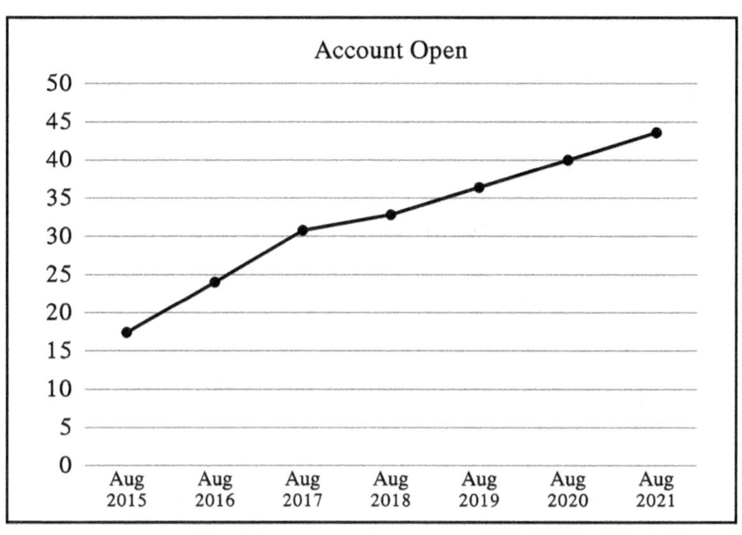

६७% खाती ग्रामीण भागात   ५५% खाती स्त्री धारकांची

प्रधानमंत्री जनधन योजना : शून्य राशी खात्यांचा विकास

योजनेचे स्वरूप

जनधन योजना १५ ऑगस्ट २०१४ रोजी सुरू करण्याची घोषणा करण्यात आली; आणि तत्काळ म्हणजेच २८ ऑगस्ट २०१४पासून ही योजना अमलात आणली गेली. 'सर्वांची सोबत आणि सर्वांचा विकास यातून सर्वसमावेशक विकास' ही कल्पना त्यातून प्रत्यक्षात आणण्याचे भारत सरकारचे धोरण होते.

प्रधानमंत्री जनधन योजना ही एक राष्ट्रीय स्वरूपाची वित्तीय योजना आहे. तिच्या माध्यमातून अत्यंत झपाट्याने बँकिंगविषयक सेवा समाजातील सर्व घटकांना सहजपणे कशा उपलब्ध होतील, यावर भर देण्यात आला आहे.

ही योजना यशस्वी होण्यासाठी भारत सरकारने आपल्या एकंदरीतच कार्यपद्धतीत मोठा आमूलाग्र बदल घडवून आणला. त्यासाठी तंत्रज्ञानाचा, बँकिंग सेवांचा आणि गव्हर्नन्स पद्धतीचा एकत्रित वापर करण्यावर भर देण्यात आला. या समन्वयामुळे योजनेची व्याप्ती आणि कार्यक्षेत्र वाढवणे सरकारला सहज शक्य झाले. त्याबरोबरच या योजनेची झपाट्याने अंमलबजावणी करणे, त्यासाठी विशिष्ट हेतूने सर्व साधनांचा योग्य प्रकारे वापर करणेदेखील शक्य झाले आहे.

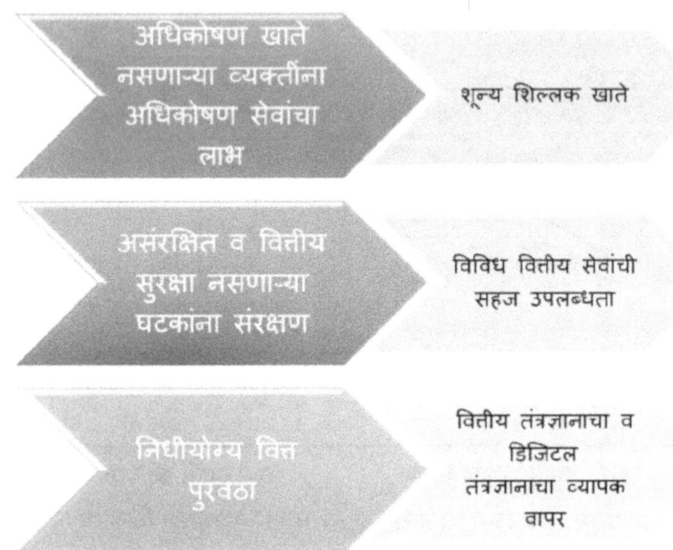

एका 'मिशनरी मूड'मध्ये ही योजना अमलात आणली गेली आणि अल्पावधीतच ती अत्यंत यशस्वी झाली.

या योजनेत प्रत्येक सामान्य व्यक्तीला– ज्याचे यापूर्वी बँकेत खाते नाही अशा व्यक्तीला– बँकेत खाते उघडण्याची संधी देण्यात आली. बँकेत खाते उघडल्यानंतर त्याला काही मूलभूत सेवा सहजपणे उपलब्ध होतील, याची हमी देण्यात आली. या मूलभूत सेवा पुढीलप्रमाणे :

१. खाते उघडल्यानंतर रोख रक्कम जमा करण्याची आणि काढण्याची सुविधा

२. पैसे हस्तांतरणाची सुविधा

३. बँकेत शिल्लक रकमेची माहिती घेण्याची सुविधा

४. आपल्या बँक खात्याची, वित्तीय व्यवहारांची माहिती घेण्याची सुविधा

५. योजनेंतर्गत बँकिंग खाते उघडणाऱ्या प्रत्येकाला विमा देण्यात आला.

या योजनेसाठी प्रत्येक बँकेने आपल्या पाच किलोमीटर परिसरातील प्रत्येक व्यक्तीने बँकेत खाते उघडले पाहिजे, याकरिता विशेष प्रयत्न करण्यात आले. खाते उघडताना त्या खातेदाराची संपूर्ण माहिती KYC (Know Your Customer) पद्धतीने मिळवण्यात आली. त्यासाठी ई-केवायसी पद्धतीचा अधिक प्रभावीपणे वापर करण्यात आला. बँकेत खाते उघडताना आधार कार्ड हे मूलभूत व प्राथमिक दस्तऐवज म्हणून स्वीकारण्यात आले. त्यामुळे ज्या-ज्या व्यक्तीपाशी आधार कार्ड आहे, अशा प्रत्येकाला खाते उघडणे सोपे झाले; तसेच आधार कार्डचाही विकास अत्यंत झपाट्याने करणे शक्य झाले.

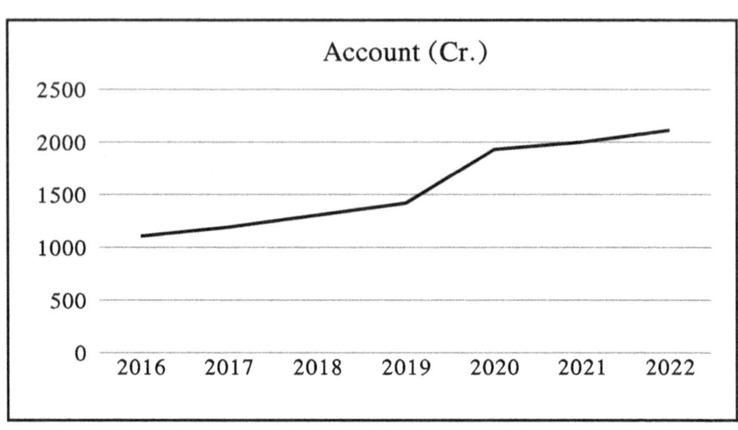

जनधन योजनेच्या माध्यमातून वाढता निक्षेप (ठेवी)

योजनेचे मुख्य घटक

प्रधानमंत्री जनधन योजना ज्या पद्धतीने आणि झपाट्याने राबवली गेली तिच्या यशस्वीतेसाठी ज्या विशेषत्वाने भर देण्यात आला, ते पुढीलप्रमाणे :

१. बँकिंगविषयक सर्व सुविधा प्रत्येक व्यक्तीला भारतात सर्व स्तरांवर उपलब्ध व्हावी (Universal Access) याकरिता विशेष प्रयत्न करण्यात आले.

२. सर्व प्रकारच्या प्राथमिक बँकिंगविषयक सुविधा देण्यात आल्या. त्यामुळे ज्या-ज्या व्यक्तींना खाते उघडल्यावर कोणत्यातरी वित्तीय गरजेसाठी कर्जाची गरज होती, अशांना अल्प रकमेचे कर्ज मिळणे सुलभ झाले. याचा दुसरा परिणाम म्हणजे, खासगी सावकार आणि त्यामुळे होणाऱ्या ग्रामीण व्यक्तींचे शोषण यावरही आळा घालणे सरकारला शक्य झाले.

३. सर्व खातेदारांना डेबिट कार्ड सुविधा देण्यात आली, यामुळे व्यक्तीला आपल्या खर्चाचे नियोजन करणे, गरजेनुसार बँकेतून पैसे काढणे, त्याबरोबरच इलेक्ट्रॉनिक पेमेंट सिस्टीमचा वापर करून खर्चाचे शोधन करणे शक्य झाले. यामुळे डिजिटल बँकिंग संकल्पनेलादेखील अधिक चालना मिळाली.

४. वित्तीय साक्षरता कार्यक्रमाद्वारे खाते उघडल्यानंतर खातेदाराला त्याचे अधिकार व हक्क यांची जाणीव करून देणे, बचत आणि गुंतवणूकविषयक प्राथमिक माहिती देणे, आणि बँकेच्या माध्यमातून व्यवहार करण्याची सुलभता आणि त्याचे लाभ समजावून सांगणे शक्य झाले.

५. क्रेडिट गॅरंटी फंडाची स्थापना करण्यात आली. त्या माध्यमातून अल्प कर्ज घेणाऱ्या एखाद्या व्यक्तीने कर्जाची परतफेड योग्य प्रकारे आणि योग्य वेळी केली नाही, तर बँकेला होणाऱ्या नुकसानाची भरपाई या निधीद्वारे करण्यात आली.

६. सूक्ष्म वित्त व सूक्ष्म विमा ही योजना मुख्यत्वेकरून समाजातील दुर्बल आणि आर्थिकदृष्ट्या मागासलेल्या घटकांसाठी असल्यामुळे, ज्यांचे उत्पन्न अत्यल्प आहे अशा सर्वांना सूक्ष्म वित्त योजनेच्या माध्यमातून वित्तपुरवठा करणे, तसेच अल्प रकमेचे कर्ज उपलब्ध करून देणे, आणि त्यांच्या वित्तीय व्यवहारांचे संरक्षण करण्यासाठी विशिष्ट रकमेचा विमा उपलब्ध करून देण्याची संकल्पनाही राबवण्यात आली. यामुळे बँकिंगबरोबरच विमा व्यवसायालाही चालना मिळाली.

७. असंघटित क्षेत्रात पेन्शन योजनेची अंमलबजावणी : या योजनेच्या माध्यमातून असंघटित क्षेत्रातील प्रत्येक व्यक्तीने खाते उघडले असेल तर त्याला विशिष्ट रकमेचे निवृत्तिवेतन देण्याची स्वावलंबन योजना सुरू करण्यात आली. ही योजना ९ मे २०१५ रोजी सुरू करण्यात आली. तिचा अत्यंत झपाट्याने विकास झाला. परिणामी, प्रधानमंत्री जनधन योजनेला सर्व स्तरांतून अधिक प्रतिसाद मिळू लागला.

शून्य राशी खाते
अधिकोषण सेवा उपलब्धता
रुपये ३,००,०००चे जीवन विमा संरक्षण
रुपये १,००,०००चे अपघाती विमा संरक्षण

वित्तीय सर्वसमावेशकता कार्यक्रम अंमलबजावणी निश्चित रूपरेषा

वित्तीय सर्वसमावेशकता योजना योग्य स्वरूपात अमलात आणली जावी, याकरिता दोन टप्प्यांमध्ये कार्य करण्यात आले. या योजनेचा पहिला टप्पा १५ ऑगस्ट २०१४ ते १४ ऑगस्ट २०१५ या एक वर्षाच्या कालावधीचा ठरवण्यात आला. या कालावधीत वैश्विक स्तरावर म्हणजेच, भारतीय स्तरावर बँकिंगविषयक सर्व सुविधा समाजातील मागासलेल्या दुर्बल आणि उपेक्षित घटकांना उपलब्ध करून देण्यात याव्यात– विशेषतः पर्वतीय भागात राहणाऱ्या, पूर्वोत्तर भागात राहणाऱ्या, आणि उत्तराखंड, हिमाचल, जम्मू-काश्मीर यांसारख्या एकंदरीतच उपेक्षित भागांना अधिकाधिक स्वरूपात बँकिंगविषयक सेवा कशा उपलब्ध करून देण्यात येतील याची एक निश्चित योजना आखण्यात आली, तसेच तिची अंमलबजावणीही करण्यात आली. योजनेची अंमलबजावणी पुढीलप्रमाणे करण्यात आली :

१. प्रत्येक बँकिंग खाते उघडणाऱ्या व्यक्तीला रूपे कार्ड सुविधा देण्यात आली. त्या माध्यमातून एक लाख रुपयांचे विमा संरक्षण देण्यात आले.

२. विविध प्रकारच्या वित्तीय साक्षरतेच्या कार्यक्रमांची अंमलबजावणी बँकिंगच्या माध्यमातून करण्यात आली.

दुसरा टप्पा १५ ऑगस्ट २०१५ ते १४ ऑगस्ट २०१८ या कालावधीत घेण्यात आला. यामध्ये बँकेत खाते असणाऱ्या प्रत्येक व्यक्तीला ५,००० रुपयांपर्यंतचे कर्ज विनातारण देण्याची सुविधा उपलब्ध करून देण्यात आली. त्याबरोबरच कर्जाची परतफेड करण्यासाठी सहा महिन्यांची मुदतही देण्यात आली. याबरोबर क्रेडिट गॅरंटी फंडाची स्थापना करून अशा प्रकारे दिलेले कर्ज परत न केल्यास बँकेचे होणारे नुकसान भरून काढण्याची व्यवस्था करण्यात आली. यामध्ये सूक्ष्म विमा योजनेला अधिक व्यापक स्वरूपात कसे वापरता येईल यासाठी स्वावलंबन योजनेची स्वतंत्रपणे आखणी करण्यात आली.

प्रधानमंत्री जनधन योजनेची अंमलबजावणी अत्यंत सुव्यवस्थितपणे व्हावी याकरिता एक काटेकोर नियमावली आली होती. या योजनेचे मुख्य टप्पे पुढीलप्रमाणे सांगता येतील :

१. बँकिंग सुविधांपासून वंचित असणाऱ्या प्रत्येक घटकाला यामध्ये समाविष्ट करून घेण्यासाठी संपूर्ण भारताचे एकंदरीतच भौगोलिक विभाजन

२. बँकेच्या शाखांचा विस्तार अधिक झपाट्याने करण्यात आला. त्या माध्यमातून जास्तीत जास्त व्यक्तींना बँकिंगविषयक सुविधा व खाते कसे उघडता येईल याविषयीचे प्रयत्न करण्यात आले.

३. एटीएम सुविधा सर्वदूर स्थापन करण्यावर प्रयत्न करण्यात आले. परिणामी, बँकेच्या माध्यमातून देण्यात आलेल्या रूपे डेबिट कार्डची सुविधा कोणलाही सहजपणे वापरता येणे शक्य झाले. यातून बँकेत प्रत्यक्ष न जातादेखील सुविधा मिळणे सहज शक्य झाले. त्यातून बँकिंगविषयक सेवा आणि सुविधांविषयी जागृती निर्माण करणे शक्य झाले.

४. स्वाभिमान ग्रामांची स्थापना : ‘स्वाभिमान ग्राम’ ही कल्पना २०११-१२पासूनच राबवण्याचे ठरवण्यात आले होते. परंतु या योजनेला २०१४नंतर गती मिळाली. या योजनेंतर्गत २०००पेक्षा कमी लोकसंख्या असणाऱ्या प्रत्येक गावात अधिक सुविधा झपाट्याने कशा उपलब्ध करून देत येतील यावर विशेष लक्ष देण्यात आले. त्या अनुषंगाने अशा सर्व गावांना बँकिंगविषयक सुविधांची संधी उपलब्ध करून देण्यात आली. गेल्या पाच वर्षांत याअंतर्गत ७४,३५१ खेड्यांना ही सुविधा देण्यात आलेली आहे.

५. बँकिंगविषयक सुविधा नसणाऱ्या क्षेत्रांची आखणी व पाहणी : या योजनेंतर्गत बँकिंगविषयक सुविधा (Banking Facility) अत्यल्प स्वरूपात असणाऱ्या प्रत्येक खेड्याची, पंचायत समितीची आणि जिल्हास्तरावरील भागांची अत्यंत सूक्ष्म स्वरूपात पाहणी करण्यात आली. ही सुविधा अत्यल्प स्वरूपात उपलब्ध आहे अशा सर्व क्षेत्रांना ‘प्राधान्य क्षेत्र’ घोषित करण्यात आले. त्या अनुषंगाने बँकिंग सुविधा अधिक झपाट्याने कशा उपलब्ध करून देण्यात येतील याकरिता प्रादेशिक ग्रामीण बँक (Regional Rural Bank) आणि सहकारी बँक यांना अधिक प्राधान्य देण्यात आले.

६. शहरी क्षेत्रात वित्तीय सर्वसमावेशकता वाढवणे : यासाठी या योजनेंतर्गत शहरी भागातील लघुउद्योजक, अल्पभूधारक, अत्यल्प स्वरूपाचा व्यवसाय करणाऱ्या व्यक्ती, स्वयंरोजगार करणाऱ्या व्यक्ती, तसेच गृहिणी अशा सर्वांना प्रधानमंत्री जनधन योजनेचा लाभ कसा उपलब्ध करून देता येईल, याकरिता प्रयत्न करण्यात आले. त्यासाठी स्वयंसहायता गट, सूक्ष्म वित्त

गट, तसेच बँक कार्य करणारे वित्तीय प्रतिनिधी अर्थात बँकमित्र यांच्या सुविधांचा वापर करण्यात आला. प्रत्येक बँकमित्राच्या अथवा सूक्ष्म वित्त गटाच्या माध्यमातून सर्व महिलांना, तसेच अल्प स्वरूपात उद्योग करणाऱ्या, अनियमित उद्योग करणाऱ्या, अनौपचारिक क्षेत्रात कार्य करणाऱ्या व्यक्तींना संपर्कात आणण्यात आले. त्यांना बँकिंग सुविधांचे लाभ समजावून सांगण्यात आले. त्यांना खाते उघडण्यासाठी प्रोत्साहन देण्यात आले. या माध्यमातून सूक्ष्म वित्त योजनेंतर्गत आणि प्रधानमंत्री जनधन योजनेंतर्गत ९५ टक्के लोकांचे खाते उघडण्यात आले आहे.

७.	प्रधानमंत्री जनधन योजना यशस्वी होण्यासाठी वापरण्यात आलेली बँकमित्र ही एक महत्त्वाकांक्षी योजना होय. या योजनेच्या माध्यमातून बँकेत प्रत्यक्षात नोकरी न करणाऱ्या; परंतु बँकेशी संबंधित असणाऱ्या स्वयंसेवी संस्थांना अथवा स्वयंसेवकांच्या माध्यमातून बँकिंग सुविधा समाजातील उपेक्षित घटकांना उपलब्ध करून देण्यावर भर देण्यात आला. या स्वयंसेवकांनी किराणा दुकाने, छोटी दुकाने, रस्त्यावर दुकान व्यवसाय करणाऱ्या व्यक्ती, भाजीपाला विकणाऱ्या व्यक्ती, तसेच अल्प उद्योग करणाऱ्या व्यक्ती या सर्वांशी संपर्कसाधनांच्या माध्यमातून खाते उघडण्यासाठी प्रोत्साहन देण्यावर भर देण्यात आला.

बँकमित्र योजनेचा अधिक प्रभावी वापर होण्याकरिता किराणा दुकाने, रेशन विकणारी दुकाने, पब्लिक कॉल ऑफिसेस, स्वयंसेवी संस्था, परस्पर निधीचे कार्य करणाऱ्या संस्था, तसेच इतर नागरिक संस्था या सर्वांचा उपयोग करण्यात आला. या माध्यमातून ज्या-ज्या व्यक्तींचे बँकेत खाते नाही त्यांना खाते उघडण्यासाठी प्रोत्साहन देण्यात आले. पोस्ट ऑफीस, कॉमन सर्व्हिस एरिया, सहकारी संस्था या सर्वांचाही त्यात समावेश करून घेण्यात आला. त्यामुळे बँकविषयक माहिती आणि जाणीव मोठ्या प्रमाणात शहरी भागात निर्माण करणे सहज शक्य झाले. परिणामी, जास्तीत जास्त लोकांना प्रधानमंत्री जनधन योजनेंतर्गत बँकेत खाते उघडणे, त्या माध्यमातून बँकिंग कार्यपद्धती समजून घेणे आणि बँकेचे व्यवहार विशिष्ट प्रकारच्या औपचारिक पद्धतीने करणे शक्य झाले आहे.

८.	मोबाईल बँकिंगचा उपयोग : मोबाईल बँकिंग हा बँकेची सुविधा सहजपणे उपलब्ध करून देण्याचा एक सर्वांत महत्त्वाचा व प्रभावी मार्ग आहे. या माध्यमातून मोठ्या प्रमाणात बँकिंग सुविधा प्रत्यक्ष बँकेत न जाता व्यक्तीला वापरता येतात अथवा त्यांचा उपयोग करता येतो. ही सुविधा वापरण्यासाठी व्यक्तीपाशी मोबाईल फोन आणि इंटरनेट असणे अत्यंत आवश्यक आहे.

९.	यूएसएसडी प्लॅटफॉर्म : या माध्यमातून मोबाईलच्या साहाय्याने बँकिंग सुविधा प्राप्त करता येतात. तसेच विविध प्रकारच्या खर्चाचे शोधन करणे शक्य होते. बँक खात्यातील राशीची माहिती मिळवणे आणि इतर बँकिंग सुविधादेखील प्राप्त करता येतात. याकरिता विशिष्ट बँकेत आपले खाते असणे आवश्यक आहे. अल्प उत्पन्न आणि अल्पबचत असणाऱ्या व्यक्तींना ही सुविधा अत्यंत लाभदायक सिद्ध झाली आहे. ही सुविधा वापरण्यासाठी मोबाईल फोनमध्ये इंटरनेटची सुविधा असणे आवश्यक नाही.

१०.	शून्य राशी खाते : बँकिंग खाते उघडावयाचे असेल तर किमान राशी जमा करणे अत्यंत आवश्यक असते. परंतु बरेचदा अल्प उत्पन्न असणाऱ्या व्यक्तींना ही सुविधा उपलब्ध करणे शक्य होत नाही. खाते उघडल्यावर मात्र त्याच्याशी व्यवहार करताना त्यात रक्कम असणे आवश्यक आहे. परंतु अशा प्रकारे खाते उघडल्यानंतर बँकविषयक जाणीव आणि सवय निर्माण होते. ही भूमिका लक्षात घेऊन बचत खाते उघडण्यासाठी कोणत्याही प्रकारच्या शिलकीची आवश्यकता नाही, अशी सुविधा उपलब्ध करून देण्यात आली आहे. याला नोकरी अकाउंट किंवा झिरो बॅलन्स अकाउंट असेही म्हणतात.

११.	रूपे कार्डाची सुविधा हे अत्यंत महत्त्वाचे वित्तीय संशोधन आहे. या माध्यमातून बँकिंग सुविधा सहजपणे उपलब्ध झाल्या आहेत; तसेच सर्वसामान्य व्यक्तीच्या मनात बँकिंगविषयक जाणीव निर्माण करणेही शक्य झाले आहे. ही सुविधा भारतीय रिझर्व्ह बँकेद्वारे उपलब्ध करून देण्यात आली आहे. ही सुविधा भारतीयांनी अत्यंत जलदपणे स्वीकारली आणि आज जगभर तिचा गौरवदेखील केला जात आहे.

हे रूपे कार्ड म्हणजे, एक प्रकारचे डेबिट कार्डच असून, त्यातून व्यक्तीला विशिष्ट प्रकारचे खर्च करता येतात, बँकेत रक्कम जमा करता येते, आणि विविध प्रकारचे वित्तीय व्यवहारदेखील सहजपणे करता येतात. ही सुविधा वापरण्यासाठी त्याला कोणत्याही प्रकारचा वेगळा खर्च येत नाही.त्यामुळे अल्पावधीतच ती अत्यंत लोकप्रिय झाली आहे.

१२. **सूक्ष्म विमा :** ही योजना प्रधानमंत्री जनधन योजनेचा एक महत्त्वाचा आधारस्तंभ आहे. या योजनेंतर्गत विविध प्रकारच्या ग्रामीण, अर्धग्रामीण आणि दुर्गम भागात राहणाऱ्या व्यक्तींना विमा सुविधा उपलब्ध करून देण्यात आली आहे. भारतात विमा संरक्षणाची सुविधा केवळ श्रीमंत अथवा मध्यमवर्गीयांपर्यंत मर्यादित होती. तिच्या कक्षेत विस्तार व्हावा, सर्वसामान्य अल्प उत्पन्न असणाऱ्या व्यक्तीलाही विमाविषयक सुविधा मिळावी, आणि त्यातून विमा व्यवसाय वाढावा; तसेच विमा संरक्षणाची गरजही सर्वसामान्य व्यक्तीला पटावी या उद्देशाने सूक्ष्म विमा योजना सुरू करण्यात आली आहे.

या योजनेंतर्गत सूक्ष्म विमा नियम २००५च्या माध्यमातून ५० हजार रुपयांपर्यंतचा विमा अत्यल्प दरात आणि आरोग्य विमासुद्धा उपलब्ध करून दिला जातो. तसेच घर - झोपडी - जनावरे साहित्य, व्यवसायाचे साहित्य आणि व्यक्तिगत अपघात यांसारख्या कारणांकरितादेखील विमा सेवा उपलब्ध करून दिली जाते. यामुळे ही विमा सेवा मोठ्या प्रमाणात ग्रामीण आणि दुर्गम भागात प्रचलित झालेली आहे.

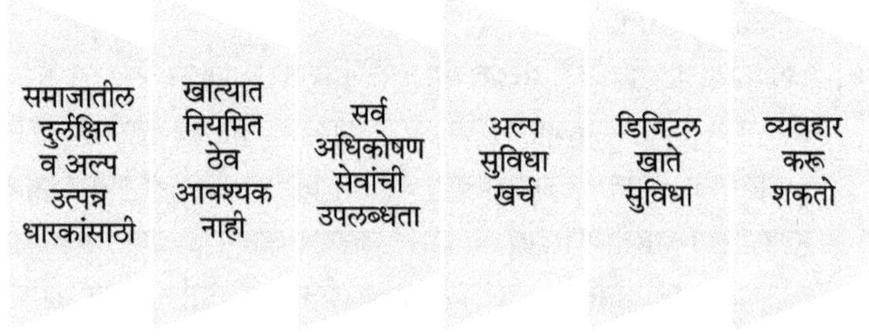

शून्य राशी खात्यांची वैशिष्ट्ये (No Frill Accounts)

१३. असंघटित क्षेत्रासाठी स्वावलंबन निवृत्तिवेतन : निवृत्तिवेतन हे साधारणपणे संघटित क्षेत्रातील– विशेषत: सरकारी क्षेत्रातील व्यक्तींनाच उपलब्ध होत असते. परिणामी, त्यांना आपल्या सेवाकाळानंतरदेखील एक प्रकारची आर्थिक सुरक्षा प्राप्त होते. ही सुविधा समाजातील इतर वर्गांनाही– विशेषत: ग्रामीण आणि दुर्गम भागातील अल्प उत्पन्न गटांना उपलब्ध व्हावी, या उद्देशाने सुरू करण्यात आली.

आज भारतातील जवळपास ४० कोटी लोकांना ही सुविधा उपलब्ध करून देण्यात आली आहे. एकंदरीतच कार्यशील वयोगटाच्या ८५ टक्के लोकांना ही सुविधा उपलब्ध झाली आहे. त्यामुळे असंघटित क्षेत्रात विम्यासारखे संरक्षण मिळाल्यामुळे एक प्रकारची आपल्या कार्याकृतीबद्दल आत्मीयता, व्यवसायात तसेच जीवनाबाबत सुरक्षिततेची भावना व्यक्तींमध्ये निर्माण झाली आहे. या ४० कोटींमध्ये १२ कोटी स्त्रिया आहे,त ही बाबदेखील अत्यंत महत्त्वाची आहे. आयएमएफ (International Monetary Fund)सारख्या संस्थेनेदेखील भारताच्या या योजनेचे मोठ्या प्रमाणात स्वागत केलेले आहे.

जनधन योजनेच्या अंमलबजावणीत येणारी आव्हाने

ही योजना वरवर पाहता अत्यंत उत्तम आणि विशेष महत्त्वाची वाटत असली तरी, तिच्या अंमलबजावणीत अनेक आव्हाने असून ती लक्षात घेणे आवश्यक आहे :

१. **इंटरनेटचा संपर्क मर्यादित स्वरूपात :** आजही भारतात इंटरनेट सुविधा पूर्णत: यशस्वीपणे आणि सर्व स्वरूपात उपलब्ध नाही. इंटरनेटची सुविधा मोठ्या प्रमाणात उपलब्ध होत नाही तोपर्यंत संदेशवहनाचे जाळे भारतभर पसरू शकत नाही. त्यामुळे दुर्गम भागातील तसेच ग्रामीण भागातील अनेक वर्ग या सुविधेपासून अद्यापही वंचित आहेत अथवा या सेवेचा लाभ घेऊ शकत नाहीत. जनधन योजना यशस्वी होण्यासाठी इंटरनेट सुविधा अधिक व्यापक स्वरूपात उपलब्ध करून देणे अत्यंत आवश्यक आहे.

२. **उघडलेले खाते कार्यशील ठेवणे :** बँकेत उघडलेले खाते व्यक्तीने कार्यशील ठेवणे अत्यंत आवश्यक आहे. या योजनेंतर्गत खाते उघडल्यानंतर बऱ्याच व्यक्तींनी त्यात कोणत्याही प्रकारचे आर्थिक-वित्तीय व्यवहार केलेले नाहीत.

एक प्रकारे हे खाते मृत स्वरूपातच आहे. त्यामुळे या योजनेचा मुख्य उद्देश दुर्बल वर्गाला मुख्य आर्थिक प्रवाहात आणणे हा असफल झाला आहे.

३. **बॅंकिंग वित्तीय सेवांविषयी जागृती निर्माण करणे :** जोपर्यंत समाजात बॅंकिंग वित्तीय सेवा तसेच विमा संरक्षण यांविषयी जागृती निर्माण होत नाही, याबद्दल समाजात एक विशिष्ट प्रकारची संवेदना निर्माण होत नाही, तोपर्यंत या सुविधांच्या खऱ्या अर्थाने समाजातल्या उपेक्षित वर्गाला लाभ मिळू शकत नाही. अद्यापही या वर्गांमध्ये या सेवांविषयी असणारी जाणीव व संवेदना मर्यादित स्वरूपात आहे. बॅंकेत खाते नसले तरी आपण आर्थिक व्यवहार करू शकतो, यावर या वर्गाचा विश्वास आहे.

४. **रोख व्यवहारांवर असणारा अतिरिक्त विश्वास :** यामुळे बॅंकेतून व्यवहार करण्यासाठी मिळणारी रूपे कार्डची सुविधा वापरण्यास हा वर्ग पूर्णतः उत्सुक नाहीत. जोपर्यंत रूपे कार्ड आणि बॅंकिंग वित्तीय सेवांविषयी जाणीव आणि जागरूकता निर्माण होत नाही, तोपर्यंत प्रधानमंत्री जनधन योजनेचे मुख्य उद्दिष्ट– व्यापक स्तरावर बॅंकिंग सुविधेचा विकास करणे– यशस्वी होणार नाही.

५. **प्रत्यक्ष निधी हस्तांतरणातील अडचणी :** सरकारने जनधन योजना अधिक यशस्वी होण्यासाठी सर्व शासकीय योजनांमधून मिळणारे लाभ अनुदान (Subsidy) प्रत्यक्ष बॅंकिंगद्वारे हस्तांतरण करण्यात येईल, असे घोषित केले आहे. त्या अनुषंगाने विविध प्रकारच्या लाभांचे, राशींचे हस्तांतरणदेखील होत आहे. परंतु यात बॅंकेला अपेक्षित कमिशन मात्र मिळत नसल्याने बॅंकेचा या योजनेच्या अंमलबजावणीला विरोध असतो. बरेचदा शासनाद्वारे उपलब्ध करून दिलेल्या या सुविधा बॅंकेच्या सहकार्याशिवाय अपेक्षित पद्धतीने यशस्वीपणे राबवल्या जाऊ शकत नाहीत.

प्रधानमंत्री जनधन योजना आणि भारतातील वित्तीय क्रांती

भारत हा वित्तीय साक्षरता व वित्तीय जाणीव या विषयांवर मागासलेला देश आहे, अशी सर्वदूर प्रतिमा होती. त्यामुळे अर्थव्यवस्थेच्या मुख्य प्रवाहात भारतातील एक मोठा वर्ग समाविष्ट झाला नाही. अर्थव्यवस्था ही काही ठरावीक व्यक्तींची मक्तेदारी आहे, अशीच प्रतिमा होती.

त्या प्रतिमेत बदल व्हावा आणि अर्थव्यवस्थेच्या मुख्य प्रवाहात समाजातील दुर्बल आणि कमकुवत वर्गाला सहभागी होण्याची समान संधी प्राप्त व्हावी, याकरिता प्रधानमंत्री जनधन योजना मोठ्या वेगाने आणि व्यापक स्तरावर राबवण्यात आली आहे. याचे सकारात्मक परिणाम दिसून येत आहेत :

१. २०२२मध्ये या योजनेद्वारे ५० कोटी खाती उघडण्यात आली.

२. त्यापैकी सुमारे ७० टक्के खाती ग्रामीण व दुर्गम भागात उघडण्यात आली आहेत.

३. त्यापैकी सुमारे ६० टक्के खाती स्त्रियांनी उघडली आहेत.

प्रकरण ९

वित्तीय सर्वसमावेशकता आणि वित्तीय संस्था

वित्तीय सर्वसमावेशकता ही संकल्पना वास्तवात आणण्यासाठी विविध प्रकारच्या उपक्रमांची आणि वित्तीय संस्थांच्या प्रयत्नांची नितांत आवश्यकता असते. वित्तीय संस्था ज्या प्रकारे वित्तीय साक्षरतेच्या आणि वित्तीय सर्वसमावेशकतेच्या प्रसारात आपला सहभाग देतात, त्या प्रमाणातच समाजात विशिष्ट प्रकारची वित्तीय जागरूकता आणि वित्तीय कार्यक्रमाबाबत आत्मीयता निर्माण होऊ शकते.

वित्तीय नियोजनाची वैविध्यपूर्ण सवय लागण्यासाठी एका विशिष्ट प्रकारच्या वित्तीय माहितीची आवश्यकता असते. या माहितीचा व्यवहार्य उपयोग करण्यासाठी उपलब्ध असणाऱ्या विविध योजनांची जाणीव समाजातील सर्व वर्गांना नसेल तर वित्तीय सर्वसमावेशकतेचे ध्येय साध्य होऊ शकत नाही. याकरिता मुख्यत्वेकरून शासनाचे विविध विभाग, वित्तीय संस्था, आणि वित्तीय कार्य करणाऱ्या इतर स्वयंसेवी संस्था अशा सर्वांचा सहभाग असला पाहिजे.

या दृष्टिकोनातून भारतात अनेक प्रकारच्या स्वयंसेवी संस्था, वित्तीय बँक, वित्तीय कार्य करणाऱ्या इतर संस्था आणि बचत गटांच्या माध्यमातून अनेक उपक्रम राबवले जात आहेत. या उपक्रमांचे स्वरूप आणि या संस्थांचे कार्य वित्तीय समावेशकतेला समाजाच्या सर्व स्तरांवर प्रभावीपणे पोहोचवण्यासाठी उपयुक्त आहे. खऱ्या अर्थाने वित्तीय सर्वसमावेशकतेचे ध्येय साध्य करावयाचे असेल तर समाजातील उपेक्षित अत्यल्प उत्पन्न असणारा आणि दुर्गम भागात राहणाऱ्या प्रत्येक व्यक्तीला वित्तीय सुविधा उपलब्ध होणे आवश्यक आहे. या वित्तीय सेवासुविधा

जितक्या सुलभपणे, अल्पखर्चात आणि विनासायास प्राप्त होतील तितक्या मोठ्या प्रमाणात वित्तीय साक्षरतेचा निश्चितपणे प्रसार होऊ शकतो. मगच, आर्थिक व्यवहारांच्या मुख्य प्रवाहात समाजातील सर्व घटकांना सहभागी करून घेणे शक्य होऊ शकते. या दृष्टिकोनातून भारतात विविध प्रकारच्या ज्या संस्था वित्तीय संस्था कार्य करत आहेत त्यांचा थोडक्यात परिचय करून घेणे उपयुक्त होईल.

महत्त्वपूर्ण योजना	वित्तीय सेवा व उत्पादने	मोबाईल बँकिंग
• शून्य बचत खाते	• किसान क्रेडिट कार्ड	• Micro ATM
• KYC योजना	• सामान्य क्रेडिट कार्ड	• UPI
• UIDAI योजना	• धनकर्ष सवलत	• Debit Card
• DBT योजना	• वित्तीय साक्षरता	• RuPay Card
• PMJDY	• व्यावसायिक सल्लागार योजना	• AEPS
• MUDRA योजना		• E -Wallets

वित्तीय सर्वसमावेशकतेसाठी विविध योजना

१. ग्रामीण सहकारी पतसंस्था

भारतासारख्या खंडप्राय देशात विविध समूहांचे, जातिधर्मांचे, आर्थिक वर्गांचे लोक राहत आहेत. यापैकी बहुसंख्य समाज हा ग्रामीण भागात राहणारा आहे. १४० कोटी लोकसंख्येपैकी किमान ७० टक्के लोकसंख्या अद्यापही ग्रामीण भागात राहत असून ती सहा लाख खेड्यांमध्ये विखुरलेली आहे, हे लक्षात घेतले पाहिजे. या सर्व समाजाला वित्तीय सुविधा प्राप्त करून देणे आणि वित्तीय सर्वसमावेशकतेच्या मुख्य प्रवाहात समाविष्ट करून घेणे अत्यंत आवश्यक आहे.

केवळ भारताच्या आर्थिक विकासाचा दर व सकल उत्पन्नात वाढ होऊन भारताचे आर्थिक संपन्नतेचे स्वप्न खऱ्या अर्थाने साकार होणार नाही; त्यासाठी समाजातील सर्व घटकांना विविध प्रकारच्या वित्तीय उपक्रमात सहभागी करून

घेणे, त्यांच्यापाशी उपलब्ध वित्तीय साधनांचादेखील योग्य प्रकारे वापर करून घेणे, आणि त्यांना विवेकपूर्ण वित्तीय व्यवहारांची जाणीव निर्माण करून देणे अत्यंत आवश्यक आहे.

अर्थव्यवस्थेचा मुख्य प्रवास : समाजातील सर्व घटक सहभागी होतात त्याच वेळेला खऱ्या अर्थाने आर्थिक विकासाच्या (Economics Development) संकल्पनेला गती मिळते आणि शाश्वत आर्थिक विकासाचे स्वप्नदेखील साकार होऊ शकते. या दृष्टिकोनातून भारतात ग्रामीण पतसंस्था एक अत्यंत महत्त्वाची भूमिका पार पाडत आहेत, याविषयी संशय नाही. भारतातल्या ग्रामीण भागात राहणाऱ्या विविध प्रकारच्या वर्गांचा– मग त्यात शेतकरी, शेतमजूर, छोटेमोठे उद्योग करणारे लघुउद्योजक, अल्पभूधारक, कारागीर आणि इतर व्यवसाय करणाऱ्या व्यक्ती या सर्वांचा समावेश होतो– या सर्वच व्यक्तींचे दरडोई उत्पन्न विचारात घेतल्यास ते अत्यल्प असल्याचे लक्षात येते. त्यामुळे या वर्गात बचतीचे प्रमाण आणि बचतीबाबत उदासीनता मोठ्या प्रमाणात आहे. अशा वेळी या वर्गाला बचतीचे महत्त्व पटवून देणे, गुंतवणूक आणि बचत या माध्यमातून आपल्या आर्थिक उन्नतीला गती प्राप्त करून देणे, हे अत्यंत दुष्कर कार्य आहे. या आव्हानाला खऱ्या अर्थाने पूर्ण करण्याचे कार्य ग्रामीण पतसंस्था, सहकारी संस्था करत आहेत. कारण अत्यल्प

वित्तीय कार्यात महिला सहभाग वाढीचे उपक्रम

उत्पन्न असणाऱ्या व्यक्तीला लहान रकमेचे कर्ज देणे आणि त्या माध्यमातून त्याला सावकारी पाशापासून मुक्त करणे, त्याला दिलेल्या कर्जाचा त्यांनी योग्य विनियोग करावा यासाठी प्रोत्साहित करणे, आणि त्या माध्यमातून आर्थिक कार्याला गती देणे हे कार्य खऱ्या अर्थाने ग्रामीण सहकारी संस्था - पतसंस्था पूर्ण करत असतात.

भारतात ग्रामीण सहकारी वित्त संस्था ही कल्पना गेल्या शतकातच रूढ झाली आहे. १९१९पासून अशा प्रकारच्या पतसंस्था स्थापन करणयावर भर देण्यात आला. विशेषतः अल्पभूधारक शेतकरी, अल्प उत्पन्न असणारे ग्रामस्थ यांना योग्य प्रकारे वित्तपुरवठा व्हावा, त्यांच्या सामाजिक-आर्थिक विकासासाठी तसेच त्यांना सामाजिक आर्थिक न्याय मिळवून देण्यासाठी योग्य प्रकारे कार्य करण्यात यावे, या भूमिकेतूनच या संस्थांची स्थापना करण्यात आली आहे.

समाजातील अत्यंत दरिद्री, अल्प उत्पन्न असणाऱ्या आणि उपेक्षित व दुर्लक्षित वर्गाला योग्य प्रकारे कर्जपुरवठा झाला तर त्याच्या आर्थिक स्थितीत सुधारणा होऊ शकते. या सिद्धान्तावर आधारित या संस्था स्थापन करण्यात आल्या. याकरिता १९०४मध्ये सहकारी संस्था कायदा पास करण्यात आला. त्यानंतर १९१९पासून या संस्थांना भारतभर गती मिळाली आहे.

१९४७पर्यंत ब्रिटिश सरकारच्या अमलाखाली असताना या संस्थांचा विचार मोठ्या प्रमाणात झाला नाही; भारताला स्वातंत्र्य मिळाल्यानंतर मात्र १९५४मध्ये ऑल इंडिया रुरल क्रेडिट सर्व्हे या समितीने प्रथमच अशा प्रकारच्या संस्थांचे महत्त्व आणि उपयुक्तता अधोरेखित केली. त्या अनुषंगाने रिझर्व्ह बँकेने ऑग्रिकल्चर फायनान्स कार्पोरेशनची स्थापना केली. त्यानंतर अशा संस्थांना विविध प्रकारे वित्तपुरवठा करणे, त्या माध्यमातून शेतकऱ्यांना, अल्पभूधारकांना, ग्रामस्थांना आणि कमी उत्पन्न असणाऱ्या व्यावसायिकांना कर्ज देण्याकरिता वेगवेगळ्या प्रकारच्या योजना राबवण्यात आल्या.

या संस्थांच्या माध्यमातून ग्रामीण भागात पतपुरवठ्याचे एक संस्थात्मक जाळे निर्माण व्हावे, अनौपचारिक माध्यमातून दिला जाणारा कर्जपुरवठा थांबावा, सावकारी पाश, आणि शेतकऱ्यांची व ग्रामस्थांची होणारी लूट थांबवण्यात यावी, त्याला प्रतिबंध घालण्यात यावा, या दृष्टिकोनातून कार्य सुरू झाले. मुख्यत्वेकरून या सहकारी संस्था विविध स्वरूपात कार्य करत असतात. या संस्थांचे विविध प्रकारात वर्गीकरण करता येईल :

१.   ग्रामीण भागात अल्पकालीन पतपुरवठा करणाऱ्या संस्था
२.   राज्य सहकारी संस्था
३.   केंद्रीय सहकारी प्राथमिक कृषी वित्त संस्था, पीएसीएस आणि दीर्घकालीन
      ग्रामीण पतपुरवठा संस्था

अशा प्रकारे पतपुरवठा करणाऱ्या सहकारी संस्थांचे देशभर एक जाळे निर्माण करण्याचा प्रयत्न शासनाद्वारे करण्यात आला. त्या माध्यमातून ग्रामीण भागात योग्य प्रकारे पतपुरवठा व्हावा, मोठ्या प्रमाणात वित्तीय साधनांची गतिमानता वाढावी याकरिता प्रयत्न सुरू झाले. अशा प्रकारे निर्माण झालेल्या वित्तीय पुरवठ्याचा आर्थिक विकासात व नियोजनात सहभाग वाढावा; मुख्यत्वेकरून अशा प्रकारे निर्माण झालेला पतपुरवठा अर्थव्यवस्थेच्या मुख्य प्रवाहात आणून त्या माध्यमातून पुन्हा शेतकऱ्यांना अधिक पुरवठा करण्याचे कार्य योग्य प्रकारे व्हावे, याकरिता पुनर्गुंतवणुकीचे चक्र अधिक गतिमान करण्याचे प्रयत्न त्यामागे आहेत.

ग्रामीण भागातील वित्तविषयक गरजा आणि त्यासाठी पतपुरवठा

ग्रामीण भागात राहणाऱ्या जनतेच्या वित्तविषयक गरजा विविध प्रकारच्या आहेत. कारण, या भागात राहणारे शेतकरी, अल्पभूधारक शेतकरी, शेतमजूर, सूक्ष्म स्तरांवर कार्य करणारे व्यावसायिक, स्वयंरोजगार करणारे कारागीर, विविध प्रकारच्या उद्योगात व कुटीरोद्योगात व्यग्र असणाऱ्या महिला व इतर वर्ग; तसेच दुर्गम भागात राहणारे आदिवासी भागातील उद्योजक, आणि इतर उपक्रम करणाऱ्या व्यक्ती या सर्वांनाच योग्य प्रकारे पतपुरवठा व्हावा याकरिता त्यांच्या पतविषयक गरजा लक्षात घेणे अत्यंत आवश्यक आहे.

या गरजा दोन प्रकारांमध्ये वर्गीकृत करण्यात आल्या आहेत :

१.   **कालमर्यादेनुसार उपलब्ध करून द्यावयाचा वित्तपुरवठा** : शेतकऱ्यांच्या अथवा ग्रामस्थांच्या पतपुरवठाविषयक गरजा सर्वत्र समान स्वरूपाच्या तसेच समान कालमर्यादेसाठी नसतात. विशिष्ट हंगामी स्वरूपाच्या शेतीच्या गरजा पूर्ण करण्यासाठी अल्पकालीन पतपुरवठ्याची गरज असते; तर शेतीमध्ये विकासात्मक कार्य करून घेण्यासाठी ग्रामीण भागातील इतर व्यवसायांचे सुस्थितीकरण करण्यासाठी अधिक योग्य प्रकारे प्रस्थापित करण्यासाठी

दीर्घकालीन कर्जाची आवश्यकता असते. ग्रामस्थांच्या या दोन्ही गरजा लक्षात घेऊन वित्तपुरवठा करणाऱ्या सहकारी संस्था विविध प्रकारच्या योजनांची अंमलबजावणी व आखणी करतात.

२. **विशिष्ट प्रकारच्या वित्तीय हेतूनुसार पतपुरवठा :** कर्ज घेण्याचा हेतू प्रत्येकाच्या वेगवेगळा असू शकतो. काहींना व्यक्तिगत कार्यांसाठी, तर काहींना संस्थागत संसाधन अथवा व्यावसायिक कार्यांसाठी कर्जाची आवश्यकता असते. अशा सर्व प्रकारच्या पतपुरवठ्यासाठी विविध प्रकारच्या योजनांची आवश्यकता असते. कारण, प्रत्यक्षात कर्जाचा हेतू लक्षात घेतल्याशिवाय कर्जपुरवठा करणे बरेचदा अस्थायी सिद्ध होते, त्याचा योग्य प्रकारे विनियोग होत नाही, आणि त्याची वसुली करण्यातही अनेक अडचणी येतात.

या दृष्टिकोनातून कर्ज घेण्याचा हेतू कोणता आहे, हे प्रथम लक्षात घेऊन त्या अनुषंगाने विविध योजनांची आखणी करण्यात आलेली आहे.

ग्रामस्थांना उपलब्ध होऊ शकणारा वित्त व कर्जपुरवठा

ग्रामीण भागातील विविध प्रकारच्या व्यक्ती, व्यवसाय, शेतकरी यांना पतपुरवठा करण्यासाठी विविध स्रोतांचा आणि माध्यमांचा वापर केला जातो. यातील काही मुख्य स्रोत पुढीलप्रमाणे आहेत :

१. सदस्यांनी संचालित सहकारी संस्था

शेतकरी अथवा शेतमजूर किंवा इतर व्यवसाय करणाऱ्या, शेती भागात इतर व्यवसाय करणाऱ्या व्यक्ती एकत्र येऊन एखादी विशिष्ट प्रकारची सहकारी संस्था स्थापन करू शकतात. ही संस्था विशिष्ट हेतूकरिता अथवा बहुउद्देशीय स्वरूपाची असू शकते. त्या माध्यमातून त्या विशिष्ट वर्गाच्या व्यावसायिक अथवा शेतीविषयक गरजा पूर्ण करण्यासाठी वित्तपुरवठा करता येतो.

सामान्यतः अशा संस्था एका विशिष्ट आर्थिक अथवा व्यवसाय कार्यांसाठी स्थापन केल्या जातात. जसे की, मत्स्य व्यावसायिक सहकारी संस्था, कुक्कुटपालन व्यावसायिक सहकारी संस्था, स्वयंसेवी संस्थांनी संचालित केलेल्या वित्तसंस्था, स्वयंसेवी संस्थांनी पुढाकार घेऊन शेतकऱ्यांसाठी आणि ग्रामस्थांसाठी स्थापन केलेल्या विविध प्रकारच्या सहकारी संस्था, सहकारी तत्त्वावर आधारित संस्था संचालित करतात.

या संस्थांचा हेतू शेतकऱ्यांना, ग्रामीण व्यावसायिकांना आणि इतर वर्गांना अल्प दराने वित्तपुरवठा करणे, त्या माध्यमातून त्यांच्या आर्थिक उन्नतीत सहभागी होणे हा आहे. अशा संस्था एखाद्या विशिष्ट धार्मिक-आर्थिक-सामाजिक संस्थेद्वारे अथवा सांस्कृतिक विकास करणाऱ्या किंवा इतर बहुउद्देशीय कार्य करणाऱ्या शिखरसंस्थेद्वारे स्थापन केल्या जातात. या संस्थांच्या माध्यमातून ठरावीक वर्गाला अथवा विशिष्ट भागातील शेतकरी आणि व्यावसायिक वर्गांना अल्पकालीन वित्तपुरवठा केला जातो. या पाठीमागील वित्तपुरवठादेखील सहकाराच्या सूत्रांवरच आधारित असतो.

औपचारिक वित्तीय संस्था

शासनाच्या तसेच भारतीय वित्त प्रमाण संस्थांच्या पुढाकारामुळे अनेक प्रकारच्या औपचारिक वित्त संस्था आज स्थापन झाल्या आहेत. यात स्टेट बँक, वाणिज्य बँक, बचत बँक, विकासात्मक बँक, ग्रामीण बँक आणि इतर गैरबँकीय वित्तीय संस्थांचा समावेश होतो. या सर्व संस्था विविध प्रकारच्या वित्तीय योजना कार्यान्वित करतात. त्या माध्यमातून ग्रामस्थांना, शेतकऱ्यांना, अल्पभूधारकांना, शेतमजुरांना वित्तपुरवठा करतात. या पाठीमागचा हेतू स्पष्ट आहे :

- ग्रामीण भागात सावकारी आणि अनौपचारिक माध्यमातून होणाऱ्या वित्तपुरवठ्यावर नियंत्रण ठेवणे.

- या पुरवठ्यातून निर्माण होणाऱ्या वित्तीय साधनांचा मुख्य आर्थिक प्रवाहात समावेश करून घेणे.

- त्या माध्यमातून आर्थिक विकासाला गती देणे, ग्रामस्थांची सामाजिक आर्थिक प्रगती करून घडवून आणणे.

अनौपचारिक वित्तपुरवठा करणाऱ्या संस्था

अनौपचारिक वित्तपुरवठा करणाऱ्या अनेक संस्था विविध प्रकारे कार्य करत आहेत. त्यात मुख्यत्वेकरून छोटे सावकार, गहाणकरी (तारण ठेवणारा), तसेच या प्रकारच्या अशा अनेक संस्था अथवा व्यक्ती कार्य करत असतात. या वर्गाद्वारे शेतकऱ्यांकडून छोट्या रकमा बचत म्हणून स्वीकारल्या जातात; तसेच त्यांना अल्प रकमेचे कर्जही दिले जाते.

या संस्थांचा महत्त्वाचा मुख्य दोष म्हणजे, या संस्था कर्ज देताना व्याजाचा दर अत्याधिक ठेवतात; बचतीवर मात्र अत्यंत कमी व्याज देतात. यामुळे शेतकऱ्यांचे अथवा ग्रामस्थांचे दुहेरी शोषण होत असते. अनौपचारिक संस्थांचा विकास भारतात मोठ्या प्रमाणात झाला आहे. अनेक शतकांपासून या संस्था कार्य करत असल्यामुळे त्यांच्यावर नियंत्रण ठेवणेही कठीण आहे. तसेच सावकारविषयक परवाना घेणे शासनाने सक्तीचे केले असले तरीदेखील अनेक परवाना नसणाऱ्या व्यक्ती असे व्यवसाय करतात. शेतकऱ्यांच्या व्यक्तिगत गरजा लक्षात घेऊन पतपुरवठा करतात. पर्यायाने शेतकऱ्यांची मोठ्या प्रमाणात लूट होते.

अनौपचारिक क्षेत्रातील या संस्थांवर नियंत्रण ठेवणे आणि त्या माध्यमातून शेतकऱ्यांना वित्तीय साधनांचा वापर करण्याकरिता प्रोत्साहित करणे अत्यंत आवश्यक आहे. जोपर्यंत यात शासनाला यश येत नाही तोपर्यंत शेतकऱ्यांची आर्थिक अडचण स्वाभाविकपणे होत राहते. त्यामुळे शेतकऱ्यांच्या आर्थिक-सामाजिक विकासात मोठा अडसर निर्माण होतो.

सहकारी संस्था स्थापन झाल्यानंतर त्यांचे जाळे विस्तृत स्वरूपात विकसित व्हावे, त्या माध्यमातून शेतकऱ्यांना योग्य प्रकारे वित्तपुरवठा व्हावा, शेतकऱ्यांच्या वित्त व कर्जविषयक गरजा पूर्ण व्हाव्यात, याकरिता शासनाने अनेक प्रयत्न केले आहेत. आज भारतात अशा प्रकारच्या एक लाखाहून अधिक सहकारी वित्त संस्था कार्य करत आहेत. त्या माध्यमातून सहकारी संस्थांचे एक मोठे जाळेच निर्माण झाले आहे. शेतकऱ्यांना, ग्रामस्थांना व विविध प्रकारचे ग्रामीण व्यवसाय करणाऱ्या अल्प उत्पन्न व्यक्तींना त्याचा लाभ होत आहे. असे असले तरी या संस्थांचे कार्य एका विशिष्ट क्षेत्रापुरते सीमित आहे. तसेच, या क्षेत्रात, या संस्थांच्या कार्यात असणाऱ्या व्यावहारिक व क्रियात्मक अडचणींमुळे त्यांचा अपेक्षित प्रभाव अद्यापही शेतकरी व ग्रामीण वर्गावर झालेला दिसत नाही. राजकीय हस्तक्षेप, संस्थागत प्रकार आणि स्पष्ट नियमांचा अभाव, तसेच व्यवस्थापकीय दोष यांमुळे या संस्था आपला प्रभाव ग्रामीण भागात योग्य प्रकारे सिद्ध करू शकलेल्या नाहीत.

सहकारी बँक

सहकारी बँक ही संकल्पना भारताला आज नवीन नाही. १९०४पासून या संकल्पनेला वास्तववादी रूप देण्यात आले आहे. आज सहकारी बँकेस १००हून अधिक वर्षांचा इतिहास आहे. भारतात ग्रामीण क्षेत्रात योग्य प्रकारे वित्तपुरवठा व्हावा, शेतीचा विकास व्हावा आणि अल्पभूधारक शेतकऱ्यांना आपल्या आर्थिक विकासाची व उन्नतीची संधी प्राप्त व्हावी यांसारख्या उदात्त उद्दिष्टांनी सहकारी बँकेची स्थापना करण्यात आली आहे. सहकारी बँकेच्या माध्यमातून योग्य प्रकारे बचतीचे वहन व्हावे, कृषी क्षेत्राला ग्रामीण भागातूनच वित्तपुरवठा व्हावा अशा प्रकारची ही पूर्ण योजना सहकारी बँकेच्या माध्यमातून राबवली जावी, हा त्यामागील उद्देश आहे.

सहकारी बँकेने गेल्या शंभर वर्षांत निश्चितच अत्यंत उल्लेखनीय असे कार्य केले आहे. आज भारतात सहकारी बँकेचे मोठे जाळे प्रस्थापित झाले आहेत. या माध्यमातून विविध प्रकारचा वित्तपुरवठा करणाऱ्या ग्रामस्थांना आर्थिक मदत करणाऱ्या योजनादेखील राबवल्या जात आहेत.

हे सहकारी बँक मुख्यत्वेकरून दोन स्तरांवर कार्य करतात : नागरी सहकारी बँक आणि ग्रामीण सहकारी बँक.

स्वयंसहायता गटाचे जाळे : वाढता वाढता वाढे...

भारतात आता स्वयंसहायता गटाच्या माध्यमातून वित्तीय साक्षरता व सक्षमता विकासावर सातत्याने भर देण्यात येत आहे. २०२२-२३च्या आर्थिक सर्वेक्षणानुसार, भारतीय महिलांच्या लक्षणीय योगदानाचे व स्वयंसामर्थ्याचे मोठे कौतुक करण्यात आले आहे. त्या खऱ्या अर्थाने स्वयंसिद्ध आहेत. आज भारतात ९२ दशलक्ष स्वयंसहायता बचत गट आहेत. त्यात ८८ टक्के सदस्य या महिला आहेत. १४२ दशलक्ष कुटुंबांनी ४७,२४० कोटी रुपयांची भरीव बचत केली आहे. त्यांचा आवर्ती विकासाचा दर १०.८ टक्के आहे. तो क्वचितच एक मोठा टप्पा आहे. या स्वयंसहायता गटाचा विकास वाढता वाढता वाढे... या गतीने होत आहे.

नागरी सहकारी बँक : मुख्यत्वेकरून शहरी भागांत विविध प्रकारच्या वित्तपुरवठा करणाऱ्या योजना, बचत आणि कर्जपुरवठ्यावर योजनांकरिता कार्यकर्त्यांत– विशेषतः गृहनिर्माण संस्था, बहुउद्देशीय व्यावसायिक संस्था, छोटे व लघुउद्योजक यांना पतपुरवठा करण्यासाठी या बँकेंच्या विशेष उपयोग होतो. भारतात MSMEचे जाळे प्रस्थापित होण्यासाठी नागरी सहकारी बँक अधिक योग्य प्रकारे कार्य करत आहे.

ग्रामीण सहकारी बँक : याचे कार्यदेखील लक्षणीय आहे. हे मुख्यत्वेकरून ग्रामीण भागात वित्तपुरवठा योग्य प्रकारे व्हावा, शेतकऱ्यांच्या आणि ग्रामस्थांच्या पतविषयक गरजा पूर्ण व्हाव्यात, त्या माध्यमातून योग्य प्रकारे संस्थागत व शिस्तबद्ध पुरवठ्याची एक योजना कार्यरत व्हावी, याकरिता कार्य करतात. या बँकेचे वर्गीकरण पुढीलप्रमाणे :

१.   अल्पकालीन पतपुरवठा करणारे ग्रामीण सहकारी बँक

२.   राज्य सहकारी बँक

३.   केंद्रीय सहकारी बँक

४.   प्राथमिक कृषी पतपुरवठा संस्था (पीएससीएस)

५.   दीर्घकालीन पतपुरवठा करणाऱ्या संस्था

यापैकी प्राथमिक कृषी पतपुरवठा करणाऱ्या संस्था (Primary Agricultural Credit Society) हा अत्यंत महत्त्वाचा संस्थागत घटक आहे. याच्या माध्यमातून ग्रामीण भागातील शेतकऱ्यांच्या– मग ते शेतकरी मध्यम अथवा अल्पभूधारक असतील त्यांच्या– विविध प्रकारच्या वित्तविषयक गरजा पूर्ण करण्यासाठी त्यांना कर्जपुरवठा करणे, शेतीविषयक साहाय्य करणे, सल्ला देणे आणि शेतीच्या कार्यात समन्वय घडवून आणणे याकरिता कार्य करतात.

ग्रामीण सहकारी कृषी सहकारी संस्था मुख्यत्वेकरून विविध प्रकारची कार्ये अंगीकृत करतात :

१.   ग्रामीण भागात पतपुरवठा व्यवस्थित व्हावा याकरिता कार्य करणे

२.   संस्थागत पतपुरवठ्याचे जाळे विकसित व्हावे याकरिता कार्य करणे

३.   बहुसंख्य शेतकऱ्यांना अशा संस्थांचे सदस्यत्व स्वीकारण्यासाठी प्रोत्साहित करणे

४.   सदस्य झालेल्या शेतकऱ्यांना अल्पदराने कर्ज उपलब्ध करून देणे

५. शेतकऱ्यांना बचतीची सवय लावून अल्पबचतीचे मोठे जाळे निर्माण करणे

६. शेतकऱ्यांना कृषीविषयक सल्ला देणे

७. शेतकऱ्यांच्या शेती व्यवस्थापनात योग्य मार्गदर्शन करणे

८. ग्रामीण भागात वित्तपुरवठाविषयक माहिती यंत्रणा प्रस्थापित करणे

९. अनौपचारिक वित्तीय आणि कर्जपुरवठा करणाऱ्या संस्थांना जेरबंद करणे

असे असूनही आजही ग्रामीण भागात सहकारी प्राथमिक वित्त संस्था आपले कार्य अपेक्षित प्रमाणात सिद्ध करण्यात अपयशी झाल्या आहेत.

या संस्थांचे प्रमुख दोष पुढीलप्रमाणे सांगता येतील :

१. यांचा वित्तीय आधारस्रोत अत्यंत सीमित स्वरूपाचा आहे.

२. वित्तीय पुरवठ्यासाठी मुख्यत्वेकरून राज्य व केंद्रीय संस्थांवर अवलंबून आहेत.

३. पुनर्वित्ताची योग्य प्रकारची सुविधा नाही.

४. अनेक व्यवस्थापकीय व संस्थापक दोष आहेत.

५. संस्थांचे कार्य अपारदर्शक स्वरूपाचे असते.

६. संस्थांच्या वित्तीय कारभाराबाबत पारदर्शकतेचा अभाव आहे.

७. संस्थांच्या कार्यात राजकीय हस्तक्षेप मोठ्या प्रमाणात आहे.

८. मोठ्या प्रमाणात सदस्य संख्या वाढवण्यात या संस्था अपयशी ठरल्या आहेत.

९. या संस्थांचे कार्य विवक्षित क्षेत्रात सीमित झाले असून त्या क्षेत्रात योग्य प्रकारे वित्तपुरवठा करण्यात त्यांना अपेक्षित यशही मिळाले नाही.

ग्रामीण भागात स्वयंरोजगारांना प्रोत्साहन व चालना देणाऱ्या विविध संस्था

स्वयंरोजगाराची जादूच वेगळी आहे! कौशल्यांचा आविष्कार, आत्मविश्वास व कल्पकता यांचा पुरस्कार करणाऱ्या, आणि या अभिनव उपक्रमांना चालना देणाऱ्या विविध संस्था आज भारतात कार्यरत आहेत. त्यापैकी काही महत्त्वपूर्ण संस्था पुढीलप्रमाणे :

१. राष्ट्रीय उद्योजकता आणि लघु व्यवसाय विकास संस्था (National Institute for Entrepreneurship and Small Business Development - NIESBUD)

२. ग्रामीण स्वयंरोजगार प्रशिक्षण संस्था (Rural Self Employment Training Institutes -RSETI)

३. भारतीय उद्योजकता विकास संस्था (Entrepreneurship Development Institute of India - EDII)

४. राष्ट्रीय सूक्ष्म, लघु आणि मध्यम उद्योग संस्था (National Institute for Micro, Small and Medium Enterprises - NI-MSME)

५. महाराष्ट्र सेंटर फॉर आंत्रेप्रेन्योरशिप डेव्हलपमेंट (Maharashtra Centre for Entrepreneurship Development - MCED)

नाबार्ड आणि सहकारी क्षेत्र

नाबार्ड ही रिझर्व बँकेने स्थापन केलेली एक सहयोगी संस्था आहे. तिचा मुख्य उद्देश ग्रामीण भागात व कृषी क्षेत्रात वित्तीय पुरवठा करणे आणि अपेक्षित सुधारणा घडवून आणणे हा आहे. या दृष्टिकोनातून नाबार्डच्या माध्यमातून विविध योजना व कार्यक्रम राबवले जातात. नाबार्ड ही मुख्यत्वेकरून कृषी व ग्रामीण विकासाकरिता कार्य करणारी संस्था आहे. अशा प्रकारचा विकास घडवून आणण्यासाठी ती सहकारी बँक, राज्य सहकारी बँक, स्थानिक सहकारी बँक, आणि ग्रामीण विकास बँक या संस्थांच्या माध्यमातून कार्य करते. नाबार्डद्वारे विविध प्रकारच्या कार्यांसाठी व उपक्रमांसाठी वित्तपुरवठा केला जातो :

१.	कृषीविषयक संरचनेमध्ये मूलभूत सुधारणा घडवून आणण्यासाठी

२.	शेतकऱ्यांना विविध उपकरणे, साहित्य व तंत्रज्ञान उपलब्ध करून देण्यासाठी

३.	शेतकऱ्यांच्या पिकांचे योग्य प्रकारे विपणन व्हावे यासाठी

४.	शेतीसह विविध प्रकारचे जोडधंदे व सहयोगी उद्योग करावेत– विशेषतः पशुपालन, कुक्कुटपालन, दुग्ध व्यवसाय यांकरिता वित्तपुरवठा करणे

५.	शेतकऱ्यांना, शेतमजुरांना योग्य प्रकारचे आर्थिक स्थैर्य मिळवून देण्यासाठी इतर प्रकारचा कर्जपुरवठा करणे

६.	शेतकऱ्यांच्या अल्प उत्पन्न, अल्पकालीन वित्तविषयक गरजा लक्षात घेऊन त्यांच्या परिपूर्तीसाठी योग्य प्रकारे वित्तपुरवठा करणे.

७.	वनविभागात आणि दुर्गम क्षेत्रात कार्य करणाऱ्या विविध प्रकारच्या शेतमजुरांना, शेतकऱ्यांना विविध उपकरणांसाठी योग्य प्रकारे वित्तपुरवठा करणे

८.	वनस्पतींपासून योग्य प्रकारे औषधे, वनस्पतिजन्य पदार्थ यांच्या निर्मितीसाठी कारखाने - उद्योग स्थापन करण्याकरिता वित्तपुरवठा करणे

९.	विविध प्रकारच्या भूविकास योजनांसाठीदेखील वित्तपुरवठा करणे

अशा प्रकारे नाबार्ड अनेक उपक्रमांना राबवत असते. त्या माध्यमातून ग्रामीण भागाच्या विकासासाठी प्रयत्न करत असते. या कार्याला मोठ्या प्रमाणात यश आले असून, या माध्यमातून ग्रामीण भारतात कृषी व कृषीवर आधारित उद्योगांच्या विकासात नाबार्डचे मोठे योगदान आहे.

कॅनरा बँक आणि वित्तीय साक्षरतेचा कल्पक उपक्रम

कॅनरा बँकेने वित्तीय सर्वसमावेशकता कार्यक्रमाची कल्पक आणि नावीन्यपूर्ण उपक्रम राबवून अंमलबजावणी केली आहे. बँकेने ग्रामीण भागात नवीन शाखांची स्थापना केली. त्याद्वारे सर्वाधिक अल्पबचत खाती उघडण्यात बँकेला यश आले आहे. बँकेने आपल्या एकूण नवीन खात्यांपैकी जास्तीत जास्त खाती ग्रामीण भागात BSBD (Basic Saving & Basic Deposit Account) योजनेंतर्गत उघडली आली आहे. त्या वेळी ग्रामीण भागात वित्तीय साक्षरता, वित्तीय सर्वसमावेशकता यासाठी वित्तीय कार्यक्रमांची प्रभावी अंमलबजावणी करण्यात बँकेला यश आले आहे. याकरिता कॅनरा बँकेने Financial Advisory Cell स्थापन करून त्याद्वारे वित्तीय साक्षरता जाणीव निर्माण करण्यासाठी उद्बोधन कार्यक्रम आयोजित केले; तसेच नवीन बँकिंग खाते उघडण्यासाठी, वित्तीय मार्गदर्शन करण्यासाठी शिबिरे आयोजित करण्यात आली आहेत.

प्रकरण १०

आर्थिक वित्तीय तंत्रज्ञान आणि आर्थिक सर्वसमावेशकता

एकविसाव्या शतकाच्या प्रारंभापासूनच एका नवीन संकल्पनेला मोठी गती प्राप्त झाली आहे, आणि ती म्हणजे वित्तीय तंत्रज्ञान होय. संगणक उपग्रहावर आधारित संदेशवहन आणि आंतरजालाचा व्याप जसजसा वाढत आहे, त्याची व्याप्ती ज्या गतीने विकसित होत आहे, तसतशा अनेकविध नवीन तंत्रज्ञानाच्या शाखा आणि त्यांची उपयुक्तता वेगवेगळ्या क्षेत्रांत सिद्ध होत आहेत. यापैकी एक महत्त्वाची शाखा म्हणजे, वित्तीय तंत्रज्ञान होय.

वित्तीय तंत्रज्ञान ही एका अर्थाने डिजिटल तंत्रज्ञानाची एक उपयुक्त बाजू आहे. यामुळे वित्तीय क्षेत्रात मोठे क्रांतिकारक बदल घडून आले आहेत. वित्तीय व्यवस्था, वित्तीय कार्यपद्धती, अर्थरचना आणि आर्थिक कार्यपद्धती यांमध्ये आमूलाग्र बदल घडवून आणण्याचे सामर्थ्य या तंत्रज्ञानात आहे बँक, विमा आणि वित्तीय संस्था यांच्या कार्यपद्धती ग्राहक आणि या संस्थामधील संबंध, निक्षेप, जमा, बचत, गुंतवणूक यांसंबंधी विविध कार्ये या सर्वांमध्येच मोठे बदल केवळ या एका तंत्रज्ञानामुळे घडून आले आहेत.

वित्तीय तंत्रज्ञानाची संकल्पना

वित्तीय तंत्रज्ञान म्हणजे, आधुनिक तंत्रज्ञानाचा– विशेषतः संगणकावर आधारित डिजिटल तंत्रज्ञानाचा आणि नावीन्यपूर्ण कल्पक तंत्रांचा वापर करून, विविध प्रकारच्या परंपरागत वित्तीय सेवा कार्यपद्धती आणि संस्था यांच्या कार्यांना अधिक

पारदर्शक, गतिमान करण्याचे तंत्र. एका अर्थाने वित्तीय तंत्रज्ञान हे वित्तीय संस्था, त्यांचे ग्राहक, अर्थव्यवस्था आणि वित्तीय रचना या सर्वांना एकत्र बांधणारे आणि त्यामधून सर्वसमावेशक वित्तीय वातावरण निर्माण करणारे सर्वांत महत्त्वाचे तांत्रिक साधन आहे, असे म्हटले तर योग्य होईल. अशा अर्थाने पाहिल्यास, वित्तीय तंत्रज्ञानाचे कार्यक्षेत्र व व्याप्ती सातत्याने वाढत आहे. नवीन युगात वित्तीय व्यवहारांची संकल्पना डिजिटल तंत्रज्ञानाशिवाय पूर्ण होऊ शकत नाही. डिजिटल तंत्रज्ञानाच्या विविध उपयोजनांमुळे वित्तीय संस्थांचे कार्य, स्वरूप आणि पद्धती यात झालेल्या बदलाला वित्तीय तंत्रज्ञानच कारणीभूत आहे, हे लक्षात घेतले पाहिजे.

वित्तीय तंत्रज्ञानाची ठळक वैशिष्ट्ये

ही वैशिष्ट्ये समजून घेतल्यास या तंत्रज्ञानामुळे वित्तीय क्षेत्रात कोणते बदल झाले आहेत याचा नेमका अंदाज आपल्याला येऊ शकेल.

परंपरागत वित्तीय संकल्पना आणि वित्तीय व्यवहारविषयक धोरण यामध्ये मूलभूत बदल घडून आले आहेत.

आधुनिक वित्तीय तंत्रज्ञानामुळे परंपरागत अनेक वित्तीय संकल्पना आज कालबाह्य झाल्या आहेत. यापूर्वी ज्या पद्धतीने आपण गुंतवणूक, बचत, कर्ज आणि विविध प्रकारचे वित्तीय व्यवहार करत होतो, त्यात एक प्रकारची अविश्वासाची भावना, पारदर्शकतेचा अभाव, आणि वित्तीय व्यवहारांना लागणारा दीर्घ काळ यामुळे वित्तीय व्यवस्थेवर येणारा ताण यांसारख्या अनेक समस्या होत्या. परंतु डिजिटल तंत्रज्ञानाच्या वापरामुळे अधिक पारदर्शकता, जलद गती आणि वित्तीय व्यवहारांमधील परस्परसंबंधांमधील समन्वय या सर्व गोष्टी साध्य करता आल्या आहेत. परिणामी, त्या वित्तीय व्यवहारांचे, वित्तीय संस्थांचे स्वरूप बदलण्यास हे तंत्रज्ञान विशेष उपयुक्त सिद्ध झाले आहे.

आधुनिक वित्तीय तंत्रज्ञान अनेक अर्थाने विघटनात्मक (Disruptive) आहे. याचा अर्थ, यामुळे अनेक परंपरागत वित्त व्यवहार आणि विमाविषयक व्यवहार यांच्या संकल्पनांना पूर्णपणे बदलून टाकणे शक्य झाले आहे. या संकल्पनांविषयी असणारे आपले समज, आपल्या धारणा यांना आव्हान देण्याचे आणि या वित्तीय रचनेत विघटन करण्याचे सामर्थ्य या तंत्रज्ञानात आहे. परिणामी, अनेक वित्तीय व्यवहार पूर्वी ज्या परंपरागत पद्धतीने होत होते त्या संपूर्ण रचना आज कालबाह्य झाल्या आहेत अथवा होत आहेत. उदाहरणार्थ, भारतात एखाद्या सामान्य व्यक्तीला

एका ठिकाणाहून दुसऱ्या ठिकाणी पैशाचे हस्तांतरण करण्यासाठी पेटीएमसारख्या माध्यमाचा वापर करून केवळ बारा सेकंद लागतात. यापूर्वी याकरिता कितीतरी दिवस अथवा तासांचा अवधी लागत असे. एक प्रकारे ही परंपरागत पैसे स्थानांतरणाची पूर्वरचना पूर्णतः उद्ध्वस्त झाली आहे, असेच म्हणावे लागेल.

भारतात एकाच वेळी किमान ४० कोटी लोक विविध प्रकारचे वित्तीय व्यवहार या नवीन तंत्रज्ञानाचा वापर करून अल्पावधीत करतात. त्याचा वित्तीय रचनेवर अथवा बँकिंग रचनेवर कोणताही ताण येत नाही. उलट, बँकेच्या रचना अधिक सुलभतेने कार्य करू शकतात. सर्व व्यवहारांचे लेखांकन, माहिती संकलन व संपादन, व्यवस्थापन या गोष्टी सहज साध्य झाल्या आहेत. एक प्रकारे ही एक मोठी आर्थिक वित्तीय क्रांती आहे.

वित्तीय तंत्रज्ञानामुळे अनेक नवीन प्रकारची कार्यक्षेत्रे मोकळी झाली असून विविध प्रकारच्या घटकांना त्यात सहभागी होण्याची संधी प्राप्त झाली आहे. यामध्ये स्टार्टअप एक नवीन प्रकारचा आर्थिक उद्योग, नवीन वित्तीय व्यवहार करणाऱ्या व्यक्ती व संस्था, तसेच डिजिटल तंत्रज्ञानावर आधारित विविध प्रकारच्या वित्तीय सेवा व सल्लागार संस्था यांचा समावेश करता येईल.

वित्तीय तंत्रज्ञानामुळे वित्तीय संस्थांच्या कार्यपद्धतीत बदल झाले आहेत, त्यांना अधिक गतीही प्राप्त झाली आहेत. अनेक प्रकारच्या परंपरागत पद्धतीने कार्य करणाऱ्या या संस्थांच्या कार्यपद्धती आज पूर्णतः बदलून गेल्या आहेत. परंपरागत पद्धतीत वित्तीय संस्था अर्थव्यवस्थेचा केंद्रबिंदू होता; तर बचत करणारी व्यक्ती अथवा कर्ज घेणारी व्यक्ती या सर्व घटकांना या या संस्थेभोवती एक प्रकारे प्रदक्षिणा घालावी लागत होती. दुसऱ्या शब्दांत सांगायचे झाल्यास, वित्तीय संस्था या आर्थिक विश्वासाचा केंद्रबिंदू होत्या. आता मात्र यात एक प्रकारची क्रांती झाली असून वित्तीय संस्था या सर्व घटकांभोवती फिरत आहेत. त्यामुळे या संस्थांना अशा प्रकारच्या सर्व संभाव्य ग्राहकांचा शोध घेणे, त्यांच्याशी संपर्क करणे, त्या माध्यमातून विविध प्रकारच्या वित्तीय सेवा त्यांना उपलब्ध करून देणे, नवीन व्यक्तीच्या संधीचा शोध घेणे आवश्यक झाले आहे.

वित्तीय संस्थांच्या कार्याला अधिक कल्पक आणि विविधांगी करणे शक्य झाले आहे. वित्तीय तंत्रज्ञानामुळे वित्तीय संस्थांचे कार्य अधिक कल्पक पद्धतीने करता येत आहेत. परिणामी, अनेक वित्तीय संस्था यापूर्वी ज्या प्रकारचे नवीन

व्यवसाय करू शकत नव्हत्या, ज्या वित्तीय सेवा ग्राहकांना उपलब्ध करून देऊ शकत नव्हत्या, त्या सर्व प्रकारच्या सेवा त्या सहजपणे ग्राहकांना उपलब्ध करून देतात. याबरोबरच त्यांच्या एकंदरीतच कार्यक्षेत्राचा व व्यवसायाचा प्रचंड प्रमाणात विस्तार झाला आहे. त्यांनी विविध प्रकारच्या नवीन व्यावसायिक संधींचा शोध घेतला आहे. परिणामी, या संस्थांच्या एकंदरीतच रचनेत व स्वरूपात आमूलाग्र बदल घडून आले आहेत.

वित्तीय संस्थांमुळे एक नवीन पर्यावरण पद्धती (Ecosystem) निर्माण झाली आहे. या संस्था ज्या प्रकारच्या परंपरागत कार्यपद्धतींचा स्वीकार करत होत्या, त्यात तंत्रज्ञानाला फारसा वाव नव्हता. परंतु आधुनिक डिजिटल तंत्रज्ञानाचा स्वीकार केल्याबरोबर या संस्थांचे एकंदरीतच कार्यक्षेत्र आणि व्यवसायविश्व मोठ्या प्रमाणात विस्तारले आहे.

ज्या वित्तीय संस्था विशिष्ट भौगोलिक भागापुरत्या सीमित होत्या अथवा ठरावीक प्रकारच्या सेवांव्यतिरिक्त इतर कोणत्याही सेवा देण्यास अनुत्साही होत्या, अशा संस्था आज जागतिक स्तरावर कार्य करू लागल्या आहेत. विविध प्रकारचे नवीन व्यवसाय अंगीकृत करू लागल्या आहेत. त्यामुळे वित्तीय संस्थांच्या कार्यपद्धती आणि त्यांच्यावर प्रभाव करणारी व्यावसायिक रचना यामध्ये पूर्णपणे बदल घडून आला आहे.

परिणामी, आता ग्राहककेंद्रीय वित्तीयविश्व निर्माण झाले आहे. वित्तीय संस्था विविध प्रकारे नवीन सेवा घेण्यासाठी तत्पर व उत्सुक आहेत. अशा प्रकारच्या नवीन सेवा व संधींचा शोध घेण्याकरिता त्या स्वतंत्रपणे संशोधन करतात. त्या माध्यमातून वित्तीय सेवांच्या स्वरूपात कार्यपद्धती आणि रचनेत बदल होत आहेत. ग्राहकांनी पूर्वी ज्या वित्तीय सेवांची अपेक्षाही केली नव्हती अशा सेवादेखील ग्राहकांना आज सहजपणे उपलब्ध होत आहेत. उदाहरणार्थ, 'अलीबाबा'सारख्या संस्था विविध प्रकारच्या सेवा ग्राहकांना उपलब्ध करून देतात. तशाच पद्धतीने भारतातदेखील पेटीएम, भीम, रूपे यांसारख्या साधनांनी ग्राहकांना वित्तीय सेवा आणि विविध सेवा सहज उपलब्ध करून दिल्या आहेत. एक प्रकारे बँकिंग आणि वित्तीय रचनेची संपूर्ण पुनर्रचना करण्याचे सामर्थ्य या वित्तीय तंत्रज्ञानात आहे.

वित्तीय सर्वसमावेशकता आणि वित्तीय तंत्रज्ञान

वित्तीय आर्थिक सर्वसमावेशकता आणि तंत्रज्ञान यांचा विचार केल्यास असे लक्षात येईल की, परंपरागत पद्धतीने ज्या आर्थिक सर्वसमावेशकतेची, वित्तीय साक्षरतेची संकल्पना आपण केली होती, त्यापेक्षा एका नवीन संकल्पनेला वित्तीय तंत्रज्ञानामुळे ताकद प्राप्त झाली आहे.

कोणे एकेकाळी बँकेत जाण्यासाठी विशिष्ट प्रकारच्या बँकविषयक ज्ञानाची आवश्यकता होती. तशा प्रकारची वित्तीय साक्षरता व वित्तीय जाणीव असल्याशिवाय व्यक्तीला बँकेशी व्यवहार करणे शक्य होत नसे. आज डिजिटल तंत्रज्ञानामुळे ही परिस्थिती पूर्णपणे बदलून गेली आहे. स्मार्टफोनसारख्या एका साध्या सुविधेमुळे अनेक प्रकारच्या वित्तीय सेवा सर्वसामान्य ग्राहक, ग्रामीण भागातील ग्राहक अथवा वित्तीय सेवांची परिपूर्ण जाणीव नसणारी व्यक्तीदेखील सहजपणे प्राप्त करू शकतो, त्यांचा वापर करू शकतो. कारण, एक ॲप्लिकेशन त्याच्या स्मार्टफोनमध्ये असेल, तर त्या माध्यमातून त्याला आपल्याला कोणती वित्तीय सेवा हवी आहे, त्यासाठी कोणत्या प्रकारची कार्यपद्धती स्वीकारावी लागेल याची कार्यपद्धती त्याला सहजपणे उपलब्ध होऊ शकते.

परिणामी, वित्तीय जाणीव व साक्षरता निर्माण करण्यासाठी यापूर्वी जसे प्रयत्न करावे लागत होते, त्यापेक्षा अधिक गतीने वित्तीय साक्षरता त्याला वित्तीय तंत्रज्ञानाच्या उपलब्धतेमुळे सहजपणे साध्य झालेली आहे. हा वित्तीय तंत्रज्ञानाचा वित्तीय साक्षरता क्षेत्रातील एक मोठा यशस्वीतेचा टप्पा आहे, असे मानले पाहिजे.

वित्तीय आणि आर्थिक सर्वसमावेशकता साध्य करण्यासाठीदेखील तंत्रज्ञानाचा विशेष उपयोग झाला आहे. जनधन खाते ही संकल्पना वित्तीय तंत्रज्ञानाशिवाय भारतात इतक्या जलद गतीने अमलात आणणे शक्य झाले नसते. परंपरागत पद्धतीने बँकेनी सर्वदूर पसरलेल्या दुर्गम भागातील, ग्रामीण भागातील ग्राहकांची खाती उघडण्याचा उपक्रम केला असता, आणि अशा पद्धतीने ग्राहकांना बँकेशी जोडण्याचा प्रयत्न केला असता, तर त्यासाठी लागणारा कालावधी कितीतरी जास्त राहिला असता. परंतु डिजिटल तंत्रज्ञानामुळे ग्राहकांची खाती उघडणे, त्यांना बँकविषयक विविध सेवा उपलब्ध करून देणे, डायरेक्ट बँक ट्रान्सफरसारखी सुविधा उपलब्ध करून देणे, त्या माध्यमातून बँक आणि ग्राहकांना एकत्र आणण्याचे कार्य वित्तीय तंत्रज्ञानामुळे साध्य झाले आहेत. वित्तीय सर्वसमावेशकतेचे भारतातील स्वप्न केवळ

वित्तीय तंत्रज्ञानामुळे साकार झाले आहे असे म्हटल्यास वावगे ठरू नये.

वित्तीय तंत्रज्ञानामुळे आर्थिक साक्षरतेत घडून आलेला एक मोठा बदल म्हणजे, वित्तीय संस्थांची व आर्थिक व्यवहारांची कार्यक्षेत्रे अत्यंत विस्तारली आहेत. त्यांची कार्यक्षेत्र विविध प्रकारे विस्तारत असून त्यात अनेक घटकांना समाविष्ट करून घेणे शक्य झाले आहे. सर्वसमावेशक आणि सर्वव्यापक वित्तीय व्यवहारांची संकल्पना आज खऱ्या अर्थाने अस्तित्वात आली आहे.

विविध प्रकारच्या आर्थिक संस्था, आर्थिक व्यवहार, आर्थिक नियोजनांचे व उपक्रमांचे लाभ बरेचदा सर्वसामान्य व्यक्तींपर्यंत पोहोचण्यास पूर्वी मोठा कालावधी लागत होता, त्यामधील गळतीचे प्रमाणदेखील अधिक होते. परंतु नवीन वित्तीय तंत्रज्ञानामुळे गळतीचे प्रमाण कमी झाले आहे, वित्तीय व्यवहारातील पारदर्शकता वाढली आहे, बचतीसाठी उपलब्ध असणारा; परंतु योग्य मार्गाने प्रवाहित न होणारा काळा पैसा अशा समस्यांचे काही प्रमाणात निराकरण करणे शक्य झाले आहेत.

ग्रामीण अथवा दुर्गम भागातील ज्या व्यक्ती अत्यंत थोड्या रकमेची बचत करण्याकरिता बँकेत जाऊ इच्छित नव्हत्या, अशा प्रत्येक व्यक्तीला पैसे जमा करण्यासाठी आता बँकेत व्यक्तिशः जाण्याची गरज उरली नाही. बँकेत पैसे जमा करणे अथवा ते परत काढणे या सर्व व्यवहारांसाठी सध्या मोबाईल ॲपचासुद्धा उपयोग करता येतो. त्यामुळे धनाचे हस्तांतरण असो, गुंतवणूक असो, बचतविषयक निर्णय घेणे असो, त्याविषयीची आवश्यक वित्तीय माहिती व जाणीव असो; या सर्वांकरिता वित्तीय तंत्रज्ञानाचा अधिकच कल्पकतेने वापर होत आहे. एक प्रकारे वित्तीय व्यवहारांचे कार्यक्षेत्र व क्षितिज मोठ्या प्रमाणात विस्तारले आहे.

वित्तीय व्यवहारांची कार्यपद्धती

खर्चाचे शोधन आणि आर्थिक व्यवहारांसाठी वित्तीय तंत्रज्ञानाचा विशेष उपयोग आज सर्वसामान्य व्यक्तींना होत आहे. त्यामुळे वित्तीय सर्वसमावेशकतेचे स्वप्न अधिक जलद गतीने साकार होत आहे. दुर्गम भागातील व्यक्तीला शोधन करावयाचे असेल अथवा त्याच्याकडून पैसे प्राप्त करावयाचे असतील, तसेच एकाच वेळी विविध प्रकारचे आर्थिक व्यवहार करावयाचे असतील, तर डिजिटल तंत्रज्ञानाचा वापर करून ते सहजपणे पूर्ण करता येतात. हे तंत्रज्ञान २४ × ७ या तत्त्वावर काम करते.

आर्थिक व्यवहारांसाठी परंपरागत बँकेची असणारी सकाळी १० ते संध्याकाळी ५ ही कार्य समय-मर्यादा आता कालबाह्य झाली आहे.

दुसरी महत्त्वाची बाब म्हणजे, जे काही आर्थिक व्यवहार आपण करतो त्या सर्वांची नोंद ठेवण्यासाठी, त्याचे दस्तऐवज करण्यासाठी कोणत्याही प्रकारच्या वेगळ्या व्यवस्थेची आवश्यकता नाही. डिजिटल तंत्रज्ञानाने केलेला प्रत्येक आर्थिक व्यवहार आपोआपच लेखांकित होत असतो आणि त्याचा दस्ताऐवजदेखील तयार होतो. त्यामुळे भूतकाळात आपण कोणते आर्थिक व्यवहार केले होते आणि त्याचे आपल्या आर्थिक स्थितीवर काय परिणाम झाले आहेत, याची माहिती प्रत्येक व्यक्तीला सहजपणे अल्पावधीत होऊ शकते. परिणामी, परंपरागत लेखांकन आणि वित्तीय दस्तऐवज करण्याच्या पद्धती कमी झाल्या आहेत. याबरोबरच वित्तीय जाणीव अधिक सखोल व विस्तृत झाली आहे.

डिजिटल अधिकोषणाचे लाभ

आर्थिक सर्वसमावेशकतेसाठी उपयोग

आर्थिक व्यवहारांसाठी वित्तीय तंत्रज्ञानाचा कसा वापर केला जाऊ शकतो, आणि त्यातून आर्थिक सर्वसमावेशकता कशा प्रकारे साध्य होऊ शकते, याचा विचार केल्यास अनेक बाबी लक्षात येतात. आज अनेक आर्थिक वित्तीय व्यवहार काही क्षणातच आणि सहजपणे व्यक्ती पूर्ण करू शकते. त्यासाठी डिजिटल तंत्रज्ञानाचा विविध प्रकारे आणि कल्पकतेने वापर करू शकते. यापैकी काही महत्त्वाचे उपयोजन येथे सांगणे उचित होईल.

पर्यायी कर्ज देण्याच्या विविध पर्यायी व्यवस्थांचा शोध घेणे : आर्थिक व्यवहारांत कर्ज घेण्यासाठी एखादी व्यक्ती एका विशिष्ट बँकेशी संपर्क करून त्या-त्या माध्यमातून कर्ज मिळवू शकत होती. परंतु तो बँक व्यक्तीच्या वित्तीय सक्षमतेची खात्री पटवून घेतल्याशिवाय त्याला कर्जही देत नसे; तसेच या सर्व प्रक्रियेला दीर्घ कालावधी लागत होता. आज कर्ज मिळवण्यासाठी व्यक्तीला अनेक पर्याय एकाच वेळी उपलब्ध होतात. या सर्व पर्यायांचा तो एकाच वेळी सहजपणे वापर करू शकतो. त्यातील योग्य पर्यायाची निवड करण्यासाठी, त्याचे तुलनात्मक अध्ययन करण्यासाठी लागणारी आवश्यक माहितीदेखील या डिजिटल तंत्रज्ञानामुळे सहजपणे उपलब्ध होते.

कोणती वित्तीय संस्था कोणत्या प्रकारचे कर्ज देऊ शकेल, त्यासाठी असणारा व्याजाचा दर आणि कालावधी, त्याचा आपल्या वित्तीय स्थितीवर होणारा परिणाम या सर्वांविषयीचा तो विवेकपूर्ण निर्णय तुलनात्मक अध्ययन करून सहजपणे घेऊ शकतो. यामुळे वित्तीय व्यवहारांमधील पारदर्शकता, त्याची परिपूर्ण माहिती आणि आपण केलेल्या व्यवहारांबद्दल त्याच्या मनात आत्मविश्वास निर्माण झाला आहे.

शोधन व्यवस्थेतील सुधार

वित्तीय तंत्रज्ञानामुळे व्यक्ती आणि संस्था विविध प्रकारच्या आर्थिक व्यवहारांचे समायोजन आणि शोधन सहजपणे करू शकतात. अनेकांना शोधन करण्यासाठी अथवा धनांचे हस्तांतरण करण्यासाठी या वित्तीय तंत्रज्ञानाचा विशेषच वापर होतो. विशेषतः मोबाईल पेमेंट सर्विस (MPS). यामुळे एखाद्या विशिष्ट व्यक्तीला, विशिष्ट दिवशी ठरावीक रक्कम द्यावयाची आहे, याची पूर्वकल्पना व्यक्तीला येऊ शकते आणि त्या अनुषंगाने तो आर्थिक वित्तीय नियोजन करू शकतो.

कोणत्याही प्रकारचे शोधन करण्यासाठी व्यक्तीला प्रत्यक्ष संपर्क करण्याची अथवा पत्रव्यवहार करण्याची आवश्यकता राहिली नाही. मोबाईलच्या माध्यमातून विविध प्रकारच्या खर्चाचे शोधन पूर्वसूचना देऊन करता येते. त्यासाठी इलेक्ट्रॉनिक क्लिअरन्स सर्व्हिस सिस्टिमचाही वापर करता येतो.

एखाद्या व्यक्तीजवळ किती पैसा आहे, आपली वित्तीय स्थिती आणि परिस्थिती यांचे आकलन करून त्या अनुषंगाने तो आपल्या वित्तीय व्यवहारांचे आणि आर्थिक साधनांचे योग्य व्यवस्थापन करू शकतो. त्यासाठी लागणारी आवश्यक माहिती, योग्य सल्ला आणि कार्यपद्धती यात त्याला अनेक सुधारणा करता येतात. याकरिता मोबाईलच्या माध्यमातून त्याला विविध प्रकारची उपयुक्त माहिती सहजपणे प्राप्त करता येते. परिणामतः आपल्याजवळ किती बचत आहे, आपण आपल्या बचतीचा कसा विनिमय केला पाहिजे, आणि गुंतवणुकीच्या कोणत्या पर्यायांची निवड केली पाहिजे, याविषयी विवेकपूर्ण निर्णय घेणे त्याला साध्य झाले आहे.

विमा आणि इतर महत्त्वाच्या सुरक्षाविषयक धोरणात आपल्या आर्थिक व्यवहारातील सुरक्षितता कितपत आहे? या आर्थिक व्यवहारांना अधिक सुरक्षित व परिपूर्ण करण्यासाठी आपण कोणती काळजी घेतली पाहिजे? आर्थिक व्यवहारातील जोखीम कोणत्या स्वरूपाची आहे? या जोखमीचे व्यवस्थापन करण्यासाठी कोणती उपाययोजना केली पाहिजे? ही जोखीम भविष्यकाळात निर्माण झाल्यास होणारा संभाव्य आर्थिक धोका कसा टाळता येईल? या सर्वच बाबतीत योग्य निर्णय घेण्यासाठी आवश्यक माहिती व सल्ला वित्तीय तंत्रज्ञानाच्या माध्यमातून प्राप्त होऊ शकतो.

एकंदरीतच, वित्तीय संस्था, व्यक्ती, अर्थव्यवस्था आणि वित्तीय व्यवहार करणाऱ्या विविध कार्यपद्धती यांमध्ये संपूर्ण समन्वय साधणे, त्या माध्यमातून

अधिकाधिक आर्थिक सर्वसमावेशकता आणि आर्थिक धोरणाची अंमलबजावणी करणे आज शक्य झाले आहे. विविध प्रकारच्या वित्तीय संस्था आणि वित्तीय तंत्रज्ञान यांमधील परस्परसंबंध कशा प्रकारचे आहेत, याविषयीची माहिती पुढील तालिकेत दिली आहे :

आर्थिक संस्था	सामान्य घटक	Fintechs
• ब्रँड नाव ओळख • मोठा ग्राहकवर्ग • उत्पादनाची विस्तृत श्रेणी • सर्वसमावेशक ग्राहक माहिती • मजबूत पायाभूत सुविधा • मोठ्या प्रमाणात पैशांची हमी देण्याची क्षमता • जोखीम व्यवस्थापन अनुभव • भांडवल उपलब्धता • आर्थिक सेवा प्रदान करण्यासाठी परवाना	• नावीन्यपूर्ण उपाय • सखोल आणि विश्लेषण केंद्रित ग्राहक प्रतिबद्धता • वर्धित जोखीम कमी करणे • सुधारित उत्पादन कार्यक्षमता • अधिक प्रवेशयोग्य उत्पादने	• नवनिर्मितीची संस्कृती चपळ • बाजारासाठी चपळता आणि वेग • विस्कळीत मानसिकता • लीन सेट-अप आणि लेगसी सिस्टिमची अनुपस्थिती • तांत्रिक कौशल्य • ग्राहक डेटा विश्लेषण • विशेष उपाय • आधुनिक आयटी प्रणाली • ग्राहक केंद्रित

वित्तीय साक्षरतेच्या प्रचारासाठी नवीन त्रिगुण योजना

भारतातील ग्रामीण व दुर्गम भागात वित्तीय साक्षरतेचे जाळे सर्वदूर पसरवणे आणि त्या माध्यमातून सर्व जनतेला अर्थव्यवस्थेच्या मुख्य प्रवाहात सामील करणे, हे एक अवघड कार्य भारत सरकारने एका अभिनव कार्यक्रमाद्वारे साध्य केले, त्याला जाम (JAM) नाव देण्यात आले. जाममधील J म्हणजे जनधन खाते, A म्हणजे आधार कार्ड, आणि M म्हणजे मोबाईल फोन. या तिन्ही कार्यांचे एकत्रीकरण ही एक मोठी; पण महत्त्वपूर्ण व महत्त्वाकांक्षी योजना सरकारने अल्पावधीत पूर्ण केली.

परिणामी, भारतातील लक्षावधी ग्रामीण व दुर्गम भागातील नागरिकांना आज शासनाच्या विविध योजनांचा लाभ घेता येतो, अनुदान व मदत सहज प्राप्त करता येते. Direct Benefit Transferसारखी कल्पना साकार झाली. याचे कारण JAM हे आहे. त्यामुळे दररोज ९० लाख लाभार्थींना विविध प्रकारच्या अनुदानाचे शोधन होते. त्या माध्यमातून २७ दशलक्ष कोटीची बचत करणे सरकारला शक्य झाले आहे.

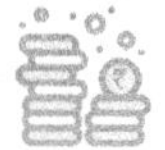

प्रकरण ११

वाणिज्यिक साक्षरता

व्यापारी, व्यावसायिक, छोटे उद्योजक, गृहिणी आणि सर्व प्रकारचे खरेदी-विक्रीचे व्यवहार करणाऱ्या सर्वसामान्य व्यक्ती, या बरेचदा आर्थिक व्यवहार करताना— विशेषतः पैशात खरेदी-विक्रीचे व्यवहार करताना वाणिज्यिक साक्षरतेअभावी चुकीचे निर्णय घेत असतात. आपण जी वस्तू विकत आहोत तिचे वास्तविक मूल्य, उपयुक्तता आणि आपण दिलेली किंमत यामधील परस्परसंबंध कशा स्वरूपाचे आहेत, याविषयीच्या जाणिवेच्या अभावामुळे बरेचदा व्यक्तींना नुकसान सहन करावे लागते.

पैसे कमवणे जसे महत्त्वाचे आहे, तसे पैशाचा योग्य विनियोग करणे, खर्च करताना विवेकपूर्ण निर्णय घेणे हेदेखील तितकेच महत्त्वाचे आहे. बरेचदा खर्च करताना किंवा गुंतवणूक करताना विविध प्रकारचे आर्थिक व वित्तीय व्यवहार त्यामागील पार्श्वभूमी, बाजारपेठेची रचना आणि बाजारपेठेत कार्य करणारे विविध प्रकारचे घटक (Players) यांची माहिती नसल्यामुळे व्यक्तीची फसवणूक होते. त्याला लुबाडले जाते अथवा अनावश्यक नुकसानही सहन करावे लागते. या सर्वांचे मूळ कारण वाणिज्यिक साक्षरतेचा अभाव हे आहे.

खरेदी-विक्री करताना काही महत्त्वपूर्ण गोष्टी आपण लक्षात घेतल्या पाहिजेत. ज्या वस्तू अथवा सेवा आपण विकत घेत आहोत तिचे वास्तविक मूल्य काय आहे? ती वस्तू विकणाऱ्या किती व्यक्ती अथवा संस्था बाजारात उपलब्ध आहेत? या प्रत्येक व्यक्तीची अथवा संस्थांची अथवा विक्रेत्यांची बाजारात

त्यांनी ठेवलेली विक्री किंमत किती आहे? आपली मागणी आणि विक्री-किंमत यामध्ये कोणत्या प्रकारचे संतुलन साधले जाणार आहे? अशा सर्वच बाबी लक्षात घेतल्या पाहिजे.

बरेचदा एखाद्या विशिष्ट विक्रेत्याकडून सर्व वस्तू विकत घेण्याचा आग्रह धरल्यामुळे व्यक्तीची फसवणूक होते. बाजारपेठेविषयी अज्ञान असल्यामुळे अथवा वस्तूच्या किमतीविषयी माहिती नसल्यामुळेदेखील त्याची फसवणूक होते. वस्तू विकताना– मग ती वस्तू जंगम अथवा स्थायी स्वरूपाची असो, आपल्या वस्तूचे वास्तविक मूल्य आणि उत्पादनखर्च किती आहे हे लक्षात न आल्यामुळेदेखील वस्तूची योग्य विक्री-किंमत व्यक्तीला ठरवता येत नाही. विशेषतः बाजारात नियमितपणे आर्थिक व्यवहार न करणाऱ्या व्यक्तीला वस्तूचे मूल्य ठरवणे अधिकच अवघड जाते. त्यामुळे अशा प्रकारचा विक्री व्यवहार करूनदेखील त्याचे नुकसान होण्याची शक्यता असते.

या सर्वच बाबी लक्षात घेता वाणिज्यिक साक्षरतेचे महत्त्व लक्षात येते. वाणिज्य साक्षरतेची संकल्पना ही मुख्यत्वे बाजारपेठेतील विविध प्रकारचे आर्थिक व वित्तीय व्यवहार, ग्राहक, खरेदीदार, विक्रेता यांच्यावर होणारा परिणाम, बाजारपेठेची रचना आणि बाजारपेठेतील मागणी पुरवठा यांचे संतुलन या सर्वच घटकांशी संबंधित आहे. वाणिज्यिक साक्षरतेची व्याख्या पुढीलप्रमाणे करता येईल :

१. विविध प्रकारचे खरेदी-विक्रीविषयक आर्थिक व वित्तीय व्यवहार करताना या व्यवहारांविषयीची पार्श्वभूमी, त्यांची कार्यपद्धती आणि त्यांचे संभाव्य आर्थिक परिणाम यांची योग्य जाणीव असणे म्हणजे वाणिज्य साक्षरता होय.

२. खरेदीदार अथवा विक्रेता एखाद्या आर्थिक व्यवहारात गुंतत असताना, विविध प्रकारच्या व्यवहारांची पूर्तता करताना त्याने कोणत्या प्रकारची काळजी घेतली पाहिजे, त्यातून अपेक्षित लाभ कसा प्राप्त केला पाहिजे, याविषयीचे ज्ञान व कौशल्य प्राप्त करणे म्हणजे वाणिज्यिक साक्षरता होय.

वैशिष्ट्ये

१. बाजारपेठ ही अत्यंत जटिल व अत्यंत गतिमान व्यवस्था आहे. त्यामुळे बाजारपेठेतील कोणतेही व्यवहार स्थिर स्वरूपाचे नसतात.

२. अशा अस्थिर गतिमान व्यवस्थेत योग्य निर्णय घेण्यासाठी आवश्यक साक्षरतेला आणि जाणिवेला वाणिज्य साक्षरता म्हणता येईल.

३. वाणिज्य साक्षरता ही मुख्यत्वेकरून व्यक्तीने आपल्या आर्थिक व्यवहारांची पूर्तता करताना घ्यावयाच्या काळजीशी संबंधित आहे.

४. आर्थिक व वित्तीय व्यवहारातून नुकसान टाळण्यासाठी आवश्यक जाणिवेला वाणिज्यिक साक्षरतेची जाणीव असे म्हणता येईल.

५. वाणिज्यिक जाणिवेअभावी बरेचदा व्यक्तीची अथवा संस्थांची फसवणूक होऊ शकते.

६. बाजारपेठेतील काही घटक अनेकदा इतर घटकांच्या अज्ञानाचा, माहितीच्या अभावाचा फायदा घेऊन एखाद्या वस्तूची विक्री-किंमत वाढवतात. यामुळे एखाद्या घटकाचे नुकसान होऊ शकते. यापासून संरक्षण प्राप्त करण्यासाठी वाणिज्यिक साक्षरतेची आवश्यकता आहे.

बाजारपेठेतील विविध घटक कशा प्रकारे कार्य करतात याविषयीची माहिती प्राप्त करण्यासाठीदेखील वाणिज्य साक्षरता आवश्यक असते. वाणिज्य साक्षरता ही व्यवहार्य उपयोजनसंबंधित संकल्पना असल्यामुळे बाजारपेठेची रचना कशा प्रकारची आहे, त्याविषयीची संकल्पनात्मक माहिती; बाजारपेठेतील वित्तीय व आर्थिक खरेदी-विक्रीचे व्यवहार कसे होतात, याविषयीची प्रात्यक्षिक माहिती; आणि त्यासंबंधीची जाणीव व अनुभव यातूनच ती प्राप्त करता येते.

लाभ

वाणिज्यिक साक्षरतेचे अनेक लाभ ग्राहकांना, समाजाला, शासनाला आणि इतर सर्व घटकांना आहेत. समाज सामान्यपणे विवेकपूर्ण आर्थिक व्यवहार करतो. त्यामुळे देशात फसवणुकीचे, अपहाराचे प्रमाण कमी करता येते. केवळ वाणिज्यविषयक कायदे करून समाजात आर्थिक सुरक्षितता प्रदान करता येत नाही; तर समाजाने विवेकाने वागले पाहिजे, आर्थिक व्यवहार करताना आपल्या व्यवहारांची योग्य खात्री करून घेतली पाहिजे. अशा प्रकारची जाणीव व ज्ञान असल्याशिवाय समाजात फसवणुकीचे प्रकार कमी होऊ शकत नाहीत. गुंतवणूकदार आणि बचत करणाऱ्या व्यक्ती यांची आर्थिक संस्था आणि वित्तीय संस्था विविध प्रकारे फसवणूक करतात अथवा त्यांचे नुकसान होते. याचेही मूळ कारण वाणिज्यिक साक्षरतेचा अभाव आहे. समाजात अशा प्रकारच्या साक्षरतेचा विकास झाल्याशिवाय विविध संस्था, व्यापारी वर्ग अथवा इतर घटक यांद्वारे होणारे आर्थिक नुकसान टाळता येत नाही. समाजाचे नुकसान होते त्याचा अर्थव्यवस्थेवरदेखील विपरीत परिणाम होत असतो.

कारण अशा प्रकारे आर्थिक साधनांचा अपव्यय होतो अथवा त्याचे योग्य प्रकारे अर्थव्यवस्थेत चलनवलन होत नाही. परिणामी, अर्थव्यवस्थेची गती वाढवण्यातही अनेक प्रकारचे अडथळे निर्माण होतात.

ग्राहकांच्या दृष्टीने वाणिज्यिक साक्षरता विशेष महत्त्वाची आहे. कारण अशी साक्षरता असल्याशिवाय ग्राहक बाजारपेठेत आपले स्थान सुरक्षित करू शकत नाहीत. ग्राहक संरक्षणविषयक कायदे करून वाणिज्यिक संरक्षण ग्राहकांना प्राप्त करून देता येत नाही. त्याबरोबरच ग्राहकांना खरेदी-विक्रीच्या व्यवहारांची जाणीव, खरेदी-विक्रीचे व्यवहार करण्यासंबंधीच्या कार्यपद्धती, खरेदी-विक्रीसंबंधीचे विविध कायदे, आणि त्याच्या ग्राहकहितावर होणारा परिणाम याविषयीही माहिती करून देणे आवश्यक आहे.

एखादा आर्थिक व्यवहार पूर्ण केल्यानंतर त्याचे नियोजन होऊन, त्याचे संकलन कशा प्रकारे केले पाहिजे; त्यातून खऱ्या अर्थाने लाभ प्राप्त झाला असता की हानी झाली, याची मोजमाप कसे केले पाहिजे; याविषयीचीही जाणीव ग्राहकांमध्ये असली पाहिजे. याकरिताही वाणिज्यिक साक्षरतेची आवश्यकता आहे.

वाणिज्यिक साक्षरता व मार्गदर्शनासाठी ऑनलाइन वाणिज्यिक साक्षरता पोर्टलची यशस्वी वाटचाल

www.elearnmarkets.com नावाने वित्तीय शिक्षण देणारे व मार्गदर्शन कार्यक्रम राबवणारे हे वित्तीय पोर्टल आज प्रभावीपणे कार्यरत आहे. जानेवारी २०१५मध्ये विनीत पटवारी यांनी या उपक्रमाचा आरंभ केला आहे. त्या माध्यमातून वित्तीय साक्षरता, चेतना व वित्तीय सर्वसमावेशकता यांना चालना देणारे उपक्रम राबवले जातात. वित्त, आर्थिक व वाणिज्यिकविषयक शिक्षण व मार्गदर्शन देणाऱ्या पोर्टलचा झपाट्याने प्रसार झाला असून त्याचे अल्पावधीतच २५ हजार सदस्य झाले आहेत. त्यातील काहींना त्यातून वित्तीय प्रशिक्षण व मार्गदर्शन देण्यात या संस्थेला यश आले आहे.

लेखक परिचय

संजय कप्तान
फ्लॅट क्र. ५, सायली टेरेसेस, ९४-आनंद पार्क,
आयटीआय रोड, औंध, पुणे ४११ ००७
Email : sanjaykaptan@gmail.com

- वाणिज्य विषयाचे अभ्यासक व अध्यापक
  पुणे विद्यापीठाच्या वाणिज्य विभागाचे विभागप्रमुख म्हणून निवृत्त
  व्यवस्थापन व वाणिज्यविषयक लेखन

- विज्ञान व तंत्रज्ञान प्रक्रियेचा ऐतिहासिक विकास व त्याचे सामाजिक परिणाम
  समजून घेण्यात विशेष रुची

- विविध नावीन्यपूर्ण विषयांवर लेखन; त्यामध्ये चरित्र, समकालीन विषय
  आणि विनोदी लेखनांचा समावेश

- **प्रकाशित पुस्तके**
  झेन तत्त्वज्ञान, जेन गुडाल, मेरी क्युरी, विज्ञानवेत्ता न्यूटन, लिओनार्दो दा
  विंची, प्रा. शोंकू यांच्या साहस कथा भाग १ ते ४ (अनुवादित), समर्थांचे
  व्यवस्थापन, यशोधनच्या गोष्टी, शेरलॉक होम्स, जेम्स बाँड, ज्यूल्स व्हर्न, दि
  ग्रेट डिक्टेटर्स, स्टॅम्प्सची दुनिया, जादूगाराचे जाळे, मेरी क्युरी, लिओनार्दो,
  विज्ञानवेत्ता न्यूटन

- **राज्यस्तरीय पुरस्कारप्राप्त पुस्तके**
  व्यवस्थापन बोध, गुणवत्ता संस्कृती, नौकरशाहीचे उपनिषद, गुरूची विद्या,
  फॅनीची गोष्ट, कलमकसाई, माहितीचा महामार्ग

लेखक परिचय

डॉ. कुशल रमेश पाखले

प्लॉट नंबर २, गुरुदत्त हाऊसिंग सोसायटी, पूर्णपात्रे लॉन्स समोर, भडगाव रोड, चाळीसगाव ४२४९०१

Email : kushal.pakhale473@gmail.com

- वाणिज्य विषयाचे अभ्यासक व अध्यापक

- रयत शिक्षण संस्थेच्या, डॉ बाबासाहेब आंबेडकर महाविद्यालय औंध पुणे येथे साहाय्यक प्राध्यापक म्हणून कार्यरत

- वित्तीय सर्वसमावेशकता या विषयात पीएचडी

- डिजिटल तंत्रज्ञानात विषयी नवनवीन गोष्टी शिकण्यात व समजून घेण्यात विशेष रुची

- सावित्रीबाई फुले पुणे विद्यापीठाच्या दूरस्थ अभ्यासक्रमासाठी विविध पुस्तकांचे लेखन

- सावित्रीबाई फुले पुणे विद्यापीठाच्या बीकॉम आणि एमकॉम यांसाठी, विशेषतः अकाउंटन्सी आणि मार्केटिंग विषयावर विविध पुस्तकांचे लेखन

- **मिळालेले पुरस्कार**
राष्ट्रीय बंधुता साहित्य परिषद यांचा 'बंधुता गुणवंत शिक्षक पुरस्कार'
महाविद्यालयाचा 'उत्कृष्ट प्राध्यापक २०२३-२४' पुरस्कार